முன்சுவடுகள்

சில வாழ்க்கை வரலாறுகள்

AF747378

ஜெயமோகன்

பிறந்தது 1962, ஏப்ரல் 22ல். பள்ளி நாள்களில் ரத்னபாலா என்கிற சிறுவர் இதழில் முதல் கதையை எழுதினார். 1987ல் கணையாழியில் எழுதிய 'நதி' சிறுகதை பரவலாகக் கவனம் பெற்றது. 1988ல் எழுதப்பட்ட 'ரப்பர்' நாவல் அகிலன் நினைவுப் போட்டியின் பரிசைப் பெற்றது. இது தவிர கதா விருதும் சம்ஸ்கிருதி சம்மான் தேசிய விருதும் பெற்றுள்ளார். இவர் எழுதிய விஷ்ணுபுரம் தமிழ் இலக்கிய உலகில் பெரிய கவனத்தைப் பெற்றதோடு விவாதத்தையும் ஏற்படுத்தியது. இவரது படைப்புகள் தொடர்ந்து தமிழ் இலக்கிய உலகில் அதிர்வலைகளையும் புதிய சாத்தியங்களையும் ஏற்படுத்திய வண்ணம் உள்ளன. தமிழ் மற்றும் மலையாளத் திரைப்படத் துறைகளிலும் இவரது பங்களிப்பு தொடர்கிறது.

முன்சுவடுகள்

சில வாழ்க்கை வரலாறுகள்

ஜெயமோகன்

கிழக்கு

முன்சுவடுகள்: சில வாழ்க்கை வரலாறுகள்
Munsuvadugal: Sila Vaazhkkai Varalarugal
by *Jeyamohan* ©

First Edition: December 2009
Kizhakku First Edition: October 2015
136 Pages

ISBN: 978-93-84149-26-0
Title No: Kizhakku 848

Kizhakku Pathippagam
177/103, First Floor,
Ambal's Building, Lloyds Road
Royapettah, Chennai 600 014.
Ph: +91-44-4200-9603

Email : support@nhm.in
Website : www.nhm.in

Author's Email: jeyamohan.writer@gmail.com

Printed in India by Repro Knowledgecast Limited, Thane

Kizhakku Pathippagam is an imprint of New Horizon Media Private Limited

யுவன் சந்திரசேகருக்கு

உள்ளே

பாதை என்பது முன்னால் சென்றவர்களின் சுவடுகள் இணைந்து உருவான ஒற்றைச்சுவடு. பலசமயம் அவற்றை நம் விழிகள் பிரித்தறிகின்றன. அவற்றை விட்டுச்சென்ற மனிதர்களைக் காண்கிறோம். அவர்களின் முகங்கள் அளவுக்கே துல்லியமானவை காலடிச்சுவடுகள்.

சந்திக்கநேர்ந்த வெவ்வேறு ஆளுமைகளைப் பற்றிய நினைவுக்குறிப்புகள் இவை. உதிரி நினைவுகளாக இல்லாமல் புனைவெழுத்தாளனின் மொழியாளுமையுடன் கதைபோல சித்திரிக்கப் பட்டவை. ஆகவேதான் நெகிழ்வும் எழுச்சியும் அளிக்கும் தருணங்களால் ஆனவையாக உள்ளன இவை.

வரலாற்றை மனிதர்களாகக் காணும் அரிய அனுபவத்தை அளிப்பவை இப்படைப்புகள். இவற்றை முதலில் தொகுப்பாக வெளியிட்ட உயிர்மை மனுஷ்யபுத்திரனுக்கு நன்றி. மீண்டும் வெளியிட்டிருக்கும் கிழக்கு பதிப்பகத்திற்கு அன்பு.

ஜெயமோகன்

அக்டோபர் 2015

முன்னால் சென்றவர்கள்...

உலகம் முழுக்க வாழ்க்கை வரலாறுகள் சமீப காலமாக அதிகம் விற்கின்றன. காரணம் வாழ்க்கை புனைவின் சாத்தியங்களை எல்லாம் மீறிய தென்பதே. இந்தியாவில் எழுதப்பட்ட எந்த ஒரு நாவலைவிடவும் காந்தியின் வாழ்க்கை உத்வேக மானது, தீராத மர்மங்கள் கொண்டது. கவித்துவ மானது, மாபெரும் துயரக்காவியம் போன்றது.

ஒருகட்டத்தில் மனம் புனைவுகளை அவ நம்பிக்கையுடன் பார்க்க ஆரம்பிக்கிறது. அந்த அவநம்பிக்கையை தன் புனைவுத்திறனால் வென்று உள்ளே வரக்கூடிய ஆக்கங்களை மட்டுமே நாம் ஏற்க முடிகிறது. அந்த அவநம்பிக்கையை உருவாக்காத, புனைவுக்கு நிகரான சாத்தியங்கள் கொண்ட நூல்கள் வாழ்க்கை வரலாறுகள்.

சென்றகாலங்களில் நான் வாசித்த வாழ்க்கை வரலாறுகளில் உள்ள சில அசாதாரணமான தருணங்களைத் தொட்டு எழுதிய கட்டுரைகள் இவை. நேரடியான வாழ்க்கைக்கே உரிய வசீகரமும் மர்மமும் கொண்டவை. சில வாழ்க்கை வரலாறு களை புனைவாக எழுதியிருந்தால் எவருமே நம்பியிருக்க மாட்டார்கள் - உதாரணம் மலையாள எழுத்தாளர் சி.வி.ராமன்பிள்ளை அவர்களின் வாழ்க்கை வரலாறு.

முதல் பதிப்பின் முன்னுரை

வாசகர்கள் இந்தக் கட்டுரைகள் மூலம் முற்றிலும் வெவ்வேறு தளங்களில் வாழ்ந்து மறைந்த மனிதர்களின் முகங்களைப் பார்க்கலாம். முகங்கள் நினைவின் மணற்பரப்பில் அவர்கள் விட்டுச்சென்ற கால் தடங்கள் போன்றவை. காலக்கடல் வந்து அலையடித்துக் கொண்டே இருக்கிறது. அழியாதவை சிலவே. அவை அழியவேண்டாமெனக் கடலை ஆளும் முடிவின்மையே தீர்மானிக்கிறது போலும்.

இந்நூலை என் இனிய நண்பரும் பிரியத்திற்குரிய படைப்பாளியுமான யுவன் சந்திரசேகருக்குச் சமர்ப்பணம் செய்கிறேன். என்னைப் போலவே அவனும் வாழ்க்கை வரலாறுகளில் பிரியமுள்ளவன். அவன் எழுதுவதே குட்டிக்குட்டி வாழ்க்கை வரலாறுகளைத்தான், இல்லாத மனிதர்களின்.

ஜெயமோகன்

ஓர் அமரகாதல்

சென்னை நீதிமன்றத்தில் பணியாற்றிய ஜஸ்டிஸ் சதாசிவ அய்யர் திரு.வி.கல்யாணசுந்தரனாரின் நண்பர். அவரைக்காண பல்வேறுவகை மக்கள் தினமும் வந்துகூடுவார்கள். அவர்களில் பெரும்பான்மையினர் விதவைகள். அவர்களுக்கு என்று ஏதேனும் ஓர் அமைப்பு இருந்தால் அது நிலையான உதவிகளை அளிக்க முடியும் என்று சதாசிவ அய்யர் கருதினார். அதற்கு முன்கையெடுத்த திரு.வி.க 1920 ல் சென்னை சௌந்தரியமகாலில் விதவைநலம் காக்கும் அமைப்பு ஒன்றை உருவாக்குவதற்கான ஆலோசனைக்கூட்டம் ஒன்றைக் கூட்டினார். ஸர்.வேங்கடரத்தினம் என்ற பிரமுகர் அதற்கு தலைமை தாங்கினார். சதாசிவ அய்யரின் மனைவி அதில் பேசினார். அதன்பின் திரு.வி.க பேச எழுந்தார்.

விதவை மறுமணம் போன்றவை ஒழுக்கக் கேட்டை வளர்க்கும் என்ற எண்ணம் அன்று வலுவாகவே இருந்தது. ஓர் அம்மையார் எழுந்து திரு.வி.கவை மறித்து 'பெண்கள் விஷயத்தில் ஏன் ஆண்கள் தலையிட வேண்டும்? அதை அவர்களே பார்த்துக்கொள்வார்கள். நீங்கள் அமருங்கள்' என்று சொன்னார். திரு.வி.க 'ஆம், அதை அவர்களே தீர்மானிக்கட்டும். நான் பேசுவதா வேண்டாமா?' என்று அவையினரை நோக்கிக் கேட்டார். அவையிலிருந்த பெண்களில் அனேகமாக அனைவருமே நீங்கள் பேசுங்கள் என்று கை தூக்கினர்.

மீண்டும் திரு.வி.க பேச ஆரம்பித்ததும் இன்னொருபெண் எழுந்து 'கைப்பெண் விடுதலை மறுமணம் என்றெல்லாம் பேசுகிறீர்களே, நீங்கள் மனைவியை இழந்தவர்தானே? நீங்களே ஏன் ஒரு கைம்பெண்ணை மணந்து வழிகாட்டக் கூடாது?' என்றார். முன்னரே திட்டமிடப்பட்ட கேள்வி அது. அந்தக் கேள்வி திரு.வி.கவை

ஒருகணம் திகைக்க வைத்துவிட்டது. அவர் மேடைகளில் சிம்மம் போல நிற்பவர் என்று புகழ்பெற்றவர். அவரது மிகச்சிறிய உருவமே அப்போது மறைந்து ஆறடி உயரம் கொண்டவர் என்ற பிரமை உருவாகும். ஆனால் அப்போது அவருக்கு சிறிதுநேரம் பேச்சே எழவில்லை.

பின்னர் அவர் பேச ஆரம்பித்தார் 'இந்தக் கூட்டம் என்னைப் பற்றியதல்ல. கைம்பெண் மறுமணம் என்ற கருத்தைப்பற்றியது. கைம் பெண்கள் மறுமணம் செய்துகொள்வதே அவர்களுக்கும் குழந்தை களுக்கும் நல்லது என்பது என் எண்ணம். மனைவியை இழந்தவர்கள் கைம்பெண்களை மறுமணம் செய்துகொள்வதே முறை என்று உறுதியாக நம்புகிறேன். நான் மறுமணம் செய்வதாக இருந்தால் ஒரு கைம்பெண்ணையே மறுமணம் செய்துகொள்வேன். ஆனால் நான் ஒருபோதும் மறுமணம் செய்துகொள்ள மாட்டேன். ஏனென்றால் அது என் உள்ளத்துக்கு உவப்பானதல்ல' என்றார்.

திரு.வி.க தன்னுடைய வாழ்க்கைக்குறிப்புகளை வாசிப்பவருக்குத் தான் அதற்கான காரணம் தெரியும். அவர் இளம் வயதிலேயே தொழிற்சங்க அரசியலுக்கு வந்துவிட்டார். கூடவே சைவ சமயப் பணிகளும் தமிழ்ப்பணிகளும். ஆயிரம் விளக்கு தமிழ்ப்பள்ளியில் தமிழாசிரியராகப் பணியாற்றியும் வந்தார். அக்காலத்தில் ராமகிருஷ்ண இயக்கத்தின் செல்வாக்கு இளைஞர் மத்தியில் அதிகம். ஆகவே திருமணமே செய்ய வேண்டியதில்லை என்ற முடிவில் இருந்தார்.

திரு.வி.கவின் தமையனாருக்கு அந்தத் துறவு மனநிலை அச்ச மூட்டியது. ஆகவே பெண்பார்க்க ஆரம்பித்தார். திரு.வி.க ஆரம்பத்தில் ஒத்துக்கொள்ளவில்லை. ஆனால் அன்னையின் இடத்தில் இருந்த அண்ணியார் கட்டாயப்படுத்தியமையால் ஒத்துக்கொண்டார். 'நான் ஏழை, ஏழ்மையை விரும்பும் பெண்ணே எனக்குத்தேவை' என்றார் திரு.வி.க. பெண்கொடுக்க வருபவர்களிடம் தன் ஏழ்மை விருப்பத்தைப் பற்றிச் சொல்லிவிடுவது அவரது வழக்கம். கடைசியில் அவருக்கு இசைந்த ஒரு பெண் அமைந்தார்.

ஆனால் நிச்சயதார்த்த நாள் நெருங்க நெருங்க திரு.வி.க அச்சம் கொள்ளலானார். திருமணம் அவசியமா என்ற ஐயம் அவரை வாட்டியது. தமையனாரிடம் சென்று திருமண நிச்சயத்தை நிறுத்திவிடச் சொன்னார். 'பெண் வீட்டாரிடம் அதை நான் சொல்லமாட்டேன்' என்றார் தமையன். திரு.வி.க 'சரி நானே சொல்லிவிடுகிறேன்' என்று தபால் அட்டை வாங்கிவரச்சொல்லி தன் மாணவர் வெ.தியாகராசனை அனுப்பினார். அவர் நேராகச் சென்று திரு.வி.கவுக்குப்

பெருமதிப்பிருந்த தேவப்பிரசாதம்பண்டிதரைக் கண்டு விஷயத்தைச் சொல்லிவிட்டார்.

கடும் கோபம் கொண்ட தேவப்பிரசாதம் பண்டிதர் நேராக திரு.வி.க வீட்டுக்கு வந்து திரு.வி.கவைக் கூப்பிட்டு சரமாரியாகத் திட்டினார். திருமணத்தை அறியாதவனுக்குத் துறவும் சித்திக்காது என்றார். திரு.வி.கவால் மறுபேச்சு பேசமுடியவில்லை. திருமணம் நிச்சயமாயிற்று.

மணமகளின் பெயர் கமலாம்பிகை. அவர் திருச்சி கிருஷ்ணசாமி முதலியாரின் மகள். கிருஷ்ணசாமி முதலியார் திருச்சியில் கார்டன் உட்டிராப்பில் தலைமைக் கணக்கராகப் பணியாற்றினார். அவருக்கு மூன்று குழந்தைகள். அதில் ஒரே மகள் கமலாம்பிகை. கமலாம்பிகைக்கு சிறுவயதாக இருக்கும்போதே கிருஷ்ணசாமிமுதலியாரும் மனைவியும் காலமானார்கள். பெற்றோரை இழந்த கமலாம்பிகை அவரது பெரியப்பா பாலசுந்தர முதலியாரின் வீட்டில் வளர்ந்தார். பாலசுந்தர முதலியாருக்கு ஒரே மகள். அவள் திருமணமாகிப் போய்விட்டிருந்தார். ஆகவே பெரியப்பாவின் செல்லமாக வளர்ந்தார் கமலாம்பிகை. பால சுந்தர முதலியார் கமலாம்பிகைக்கு பெரிய ஒரு வீட்டை சீதனமாகக் கொடுத்து செல்வச்சிறப்புடன் மணம் செய்து கொடுக்க எண்ணியிருந்தார்.

திருமணம் 13-9-1912இல் சென்னை இருளப்பன் தெருவில் மணமகளின் தாய்மாமன் பூ.மு.முருகேசமுதலியாரின் இல்லத்தில் நடந்தது. தேவாரம் முழங்கியது. கிறித்தவ ஜெபமும் நடந்தது என்கிறார் திரு.வி.க. பல திறத்தினர் கூடியிருந்தாலும் சொந்தங்களைக்காட்டிலும் இருமத இறையடியாருக்கே சிறப்பு அளிக்கப்பட்டது. திருவல்லிக் கேணி சிவனடியார் திருக்கூட்டத்தின் அன்பு பொன் வேய்ந்த கௌரி சங்கமாகவும் பீதாம்பரமாகவும் உருக்கொண்டது என்று திரு.வி.க நினைவுகூர்கிறார். அவரது நண்பரும் ஆயிரம் விளக்கு பள்ளியின் தலைமையாசிரியருமான ஜான் ரத்தினம் எழுந்து வெள்ளிச்செம் பொன்றை அன்பளிப்பாக அளித்தார். 'அவரது ஜெபம் அமிர்தமாகியது. அத்தமிழ் மலர்மணத்தை நுகர்ந்துகொண்டே யான் அருகே அமர்ந் திருந்த மணமகளை நோக்காமல் நோக்கினேன்' என்கிறார் திரு.வி.க.

திரு.வி.கவும் கமலாம்பிகையும் ராயப்பேட்டையில் திரு.வி.கவின் வீட்டுக்குத் திரும்பினார்கள். ஏதேனும் ஒரு திருமணப் படலம் பாடம் கேட்டால் நன்றாக இருக்குமே என்று எண்ணினார் திரு.வி.க. ஆகவே தன் நண்பர் சச்சிதானந்தம் பிள்ளையை வரவழைத்து வள்ளி திருமணம் திருமணப் படலத்தை விரிவாகச் சொல்லச்சொன்னார். அந்தச் சொற்பெருக்கு மனதை நனைக்க இல்லறம் புகுந்தார்.

அவரது தன்வரலாற்று நூலில் தன் இல்வாழ்க்கையைப்பற்றி திரு.வி.க சொல்லும் வரிகள் அவருக்கே உரித்தான வகையில் மிதமாக, இறுக்கமான பண்டிதத்தமிழில் உள்ளன. ஆனாலும் அவ்வரிகளுக்குள் அவரது இதயம் உருகுவதை வாசகர் வாசித்தறிய முடியும். முதலிரவில் உனக்கு என்ன வேண்டும் என்று கணவன் கேட்டபோது மனைவி 'எனக்கு நீங்கள் தமிழ்சொல்லித்தர வேண்டும்' என்று கோரினாள். 'பொன்னையும் புடவையையும்தானே பெண்கள் கேட்பார்கள்?' என்று வியந்தார் திரு.வி.க. 'எனக்கு பொன்னும் புடவையும் வேண்டு மளவுக்கு இருக்கிறது. மேலும் வேண்டுமென்றால் கேட்டதுமே வாங்கித்தர பெரியப்பா இருக்கிறார். என் விதிப்பயனால் தமிழறிஞராக நீங்கள் எனக்கு வாய்த்தீர்கள். எனக்கு தமிழ்ஞானமே போதும்' என்றாள் கமலாம்பிகை.

திரு.வி.க அவருக்குத் தமிழ் கற்பிக்க ஆரம்பித்தார். ஆனால் அவரது அன்னைக்கு அது பிடிக்கவில்லை. ஆகவே இரவில் தனிமையில் சந்திக்கும்போது விரிவாக தமிழ்ப்பாடம் நடத்தலானார். முதலில் ஔவையார் பாடல்கள். பின்பு பெரியபுராணம். கமலம் இயற்கை அறிவு மிக்கவள் என்பது உடனடியாக திரு.வி.கவுக்குப் புரிந்தது.

'நான் திருக்குறள் படித்தவன், ஆனால் பிடிவாதம் வன்மம் கோபம் போன்ற குணங்கள் என்னிடம் நிறைந்திருந்தன. என் குறள் கல்வி அவற்றைப் போக்கவில்லை. ஆனால் குறளைக் கற்காத கமலம் இயல்பாகவே அந்தத் தீய குணங்கள் இல்லாதவளாக இருந்தாள். அவளுக்குக் குறள் கற்பித்த எனக்கு அவளே குறளாக இருந்தாள். இல்வாழ்க்கை பற்றி குறள் சொல்வனவற்றை நான் அவளைக் கண்டே கற்றேன்' என்கிறார் திரு.வி.க.

கமலத்தின் பெருமைகளைச் சொல்லிச் சொல்லிப் பூரிக்கிறார் திரு.வி.கல்யாணசுந்தர முதலியார். அவளது பொறுமை திரு.வி.கவை பிரமிக்கச் செய்கிறது. அவ்வளவு பெரிய கூட்டுக்குடும்பத்தில் வந்து சேர்ந்த செல்லப்பெண் ஒருமுறை கூட சலித்துக்கொண்டதில்லை. இன்முகமன்றி எதையுமே எவருக்கும் காட்டியதில்லை. மாமியாருக்கும் அண்ணியருக்கும் அவளிடம் ஒருமுறைகூட சண்டை வந்ததில்லை. வீட்டில் இருந்த குழந்தைகள் அனைத்துமே அவளது பின்னால்தான் பூனைக்குப் பின்னால் குட்டிகள் போல சத்தம் போட்டுக்கொண்டே அலையும். அவள் இடுப்பிலும் ஒன்று உட்கார்ந்திருக்கும்.

அவர்களுக்குள் மோதல்களே நிகழவில்லை. மிகச்சில சிறு ஊடல்களே திரு.வி.கவின் நினைவில் எஞ்சின. ஒருநாள் அவர் வீட்டிற்குள் நுழைந்த போது எங்கும் இறுக்கம். என்ன நடந்தது என்று கேட்டபோது யாரும் ஒன்றும் சொல்லவில்லை. கமலமும் தெரியாது என்று சொல்லி

விட்டாள். ஆனால் இரவில் தனியாக வந்தபோது தமையனாரின் மனைவிகளுக்குள் சண்டை என்றும் அதை அப்போது சொல்ல விரும்ப வில்லை என்றும் சொன்னாள். நான் கேட்டால் சொல்லமாட்டாயா என்று எகிறிய திரு.வி.க மனைவியைக் கோபத்துடன் கடிந்துவிட்டு திரும்பிப் படுத்துக்கொண்டார்.

மறுநாள் அவர் குளிக்க அமரும்போது வெந்நீர் விடவந்த கமலம் முகம் வாடியிருந்தது. அதைக்கண்டு அவர் மனம் குழைந்தது. அவளைப் பிடித்து 'நான் செய்தது பிழை. நீ முன்மதி நான் பின்மதி' என்றார். 'ஐயோ பின்மதி (தேய்நிலவு) என்று சொல்லலாமா?' என்று சொல்லி அவர் வாயைப்பொத்தினாள் கமலம்.

தன் மனைவியிடம் சேர்ந்து பெருங்காவியங்களைக் கற்க வேண்டுமென திரு.வி.க விரும்பினார். கூட்டுக்குடும்பத்தில் அதற்கு வாய்ப்பில்லை என்பதனால் தனிக்குடித்தனம் செல்லலாம் என்று எண்ணி வீடுபார்த் தார். கமலம் அதை ஒப்பவேயில்லை. விட்டுப்பிரிந்தால் உறவுகள் நிலைக்காது, உறவே முக்கியம் என்று சொன்னாள். தன் பெரியப்பாவை விட்டு திரு.வி.கவுக்கு அறிவுரை சொல்லி அம்முயற்சியை நிறுத்தி விட்டாள்.

மயிலாப்பூர் கபாலீஸ்வரர் கோயிலுக்கும் திருவல்லிக்கேணி பார்த்த சாரதி கோயிலுக்கும் அவ்வப்போது கமலத்துடன் செல்வது திரு.வி. கவின் வழக்கம். வழிபாடு முடிந்தபின் அங்கே குளக்கரையில் அமர்ந்து இலக்கியம் பேசுவார்கள். அது தன் மனைவிக்கு மிகவும் பிடித்திருக்கிறது என்று கண்ட திரு.வி.க வாரந்தோறும் சனி ஞாயிறு தினங்களில் அவ்வாறு எங்கேனும் சென்றுவரலாம் என்று எண்ணினார். கமலாம் பிகையின் பெரியப்பா அப்போது வண்ணாரப்பேட்டையில் குடியிருந்தார். அவரை வாரம்தோறும் சென்று பார்த்துவர எண்ணுகிறோம் என்று தன் அன்னையிடம் சொல்லி அனுமதி வாங்கினார். பிள்ளையில்லாது தனியாக இருக்கும் பெரியவர்கள் அல்லவா, கண்டிப்பாக சென்று வாருங்கள் என்று அன்னை கூறிவிட்டார்.

வெள்ளிக்கிழமை மாலையே வண்ணாரப்பேட்டைக்குச் சென்ற பின் அங்கே தங்கிவிட்டு மறுநாள் திருவொற்றியூர் சென்று அங்கே கோயிலிலும் கடற்கரையிலும் அமர்ந்து அரைநாள் முழுக்கப் பேசி மகிழ்வது அவர்கள் வழக்கம். சிலசமயம் ஞாயிறு காலையும் அங்கேயே தங்கி திருவொற்றியூர் செல்வதுண்டு. ஞாயிறு மாலை திருவல்லிக் கேணி சைவ சபையில் பேசவேண்டியிருப்பதனால் திரு.வி.க மனைவியுடன் திரும்பிவிடுவார். அவ்வாறு இவர்கள் வந்துசெல்வது பெரியப்பாவுக்கும் பெரியம்மாவுக்கும் அளித்த ஆனந்தம் அளவற்றது.

ஏதேனும் ஒருவழியில் பயணச்செலவை கமலத்திடம் கொடுத்து விடுவார்கள். ஆகவே இந்தப் பயணம் திரு.வி.கவுக்கு செலவில்லாமலும் இருந்தது.

திருவொற்றியூர் கடற்கரை அக்காலத்தில் மிகமிக அழகானது என்கிறார் திரு.வி.க. மணல் மேடுகளில் உலவியும் விளையாடியும் அவர்கள் அங்கே களித்திருப்பார்கள். அன்றைய தமிழ்நாட்டில் சென்னை போன்ற ஒரு பெருநகரில் மட்டுமே இது சாத்தியமாகும். கமலம் மிகச்சிறப்பாகப் பாடுவாள். ஆனால் அவர் குரலை திரு.வி.கவின் குடும்பத்தினர் கேட்ட தேயில்லை. பொதுவாக ராமலிங்க சுவாமிகள் பாடிய பாடல்களில் கமலத்துக்கு விருப்பம் அதிகம். அவளுக்கு தேவாரம் திருவாசகம் சிலப்பதிகாரம் போன்ற நூல்களை திரு.வி.க அப்போது விளக்குவார்.

இக்காலத்தில் கமலம் கருவுற்றாள். முதல் ஆண் குழந்தை பிறந்த ஒருவாரத்திலேயே மறைந்தது. இரண்டாவது பெண் குழந்தைக்கு திலகவதி என்று பெயரிட்டார்கள். திரு.வி.க தன்னுள் ஒரு அன்னை இருப்பதை அக்குழந்தை வழியாகவே கண்டுகொண்டார். ஆணுக்குள் உள்ள பெண்மை மிக உன்னதமான ஒரு ஆன்மீகத்தளம் என்பதை திரு.வி.க பிற்பாடு பல இடங்களில் சொல்லியிருக்கிறார். ஒருவயது வரை வளர்ந்த அக்குழந்தையும் திடீரென இறந்தது.

அவ்விழப்பை திரு.வி.கவால் தாங்க முடியவில்லை. அவர் தன்னை தேசப்பணி, தமிழ்ப்பணி, சைவப்பணி, தொழிற்சங்க இயக்கம், ஆசிரியர் வேலை என்று தீவிரப்படுத்திக் கொண்டார். இக்காலத்தில் கமலாம்பிகைக்கு எலும்புருக்கி – காசநோய் - கண்டது. அக்காலத்தில் அந்நோய் மாபெரும் ஆள்கொல்லி. அதற்கு அன்று கிட்டத்தட்ட மருந்தே கிடையாது. தன் குடும்பத்திலேயே பலரை அந்நோய் உண்டதை திரு.வி.க அறிவார். ஆனால் ஒன்றும் நிகழாதது போல கமலத்திடம் பழகி அவளை உற்சாகமாக வைத்திருக்க முயன்றார். அவளை அருகிருந்து பார்த்துக்கொண்டார்.

'ஆனால் நாள் செல்லச் செல்ல என் துணையின் பொன்னுடல் மெல்ல மெல்ல கரைந்தது. அதைக்காணக் காண என் உள்ளமும் கரைந்தது' என்று எழுதுகிறார் திரு.வி.க. பொதுப்பணியை மறந்தார். தமிழையும் மறந்தார். மனைவியே கதியென்று மருத்துவம் செய்தார். கமலம் மெலிந்து உருக்குலைந்தபோதும் கூட முடிந்தவரை நடமாடிக்கொண்டு தான் இருந்தாள். ஒரே ஒருவாரம் மட்டுமே பிறர் தன்னைப் பார்த்துக் கொள்ளும் நிலையில் படுக்கையில் கிடந்தாள். 18-9-1918இல் வெறும் ஆறாண்டு மணவாழ்க்கையின் முடிவில் கமலம் உயிர்துறந்தாள்.

படுக்கையில் கிடந்த மனைவியருகே இருந்து ஆறுதல் சொல்வார் திரு.வி.க. அப்போதும் தன் மனைவியிடம் இருந்த தாய்மையின்

கனிவைக் கண்டு முப்பது வருடம் கழித்தும் அவர் கண்ணீர் சிந்துவ துண்டு. ஒருநாள் அரை மயக்கில் 'சோளிங்கபுரம் போகலாமா?' என்று கேட்டாள் கமலா. 'உடல்நிலை சீக்கிரமே சரியாகும். உடனே போகலாம்' என்றார் திரு.வி.க. கமலம் புன்னகை புரிந்து கண்மூடிக் கொண்டாள். நாள்செல்லச் செல்ல தன்னினைவு இல்லாமலாயிற்று. திரு.வி.கவின் தோளில் கிடந்து ஆவி பிரிந்தது.

'மின்னல் என் தலையிலே விழுந்து உடல் பாய்ந்து கால்வழி ஓடியது. மண்ணும் விண்ணும் ஒரே சுழல். கண்களில் தாரை தாரை. கமலத்தின் ஆவி சோர்ந்தது. என் அம்பிகையின் ஆவி சோர்ந்தது. என் ஆருயிர் கமலாம்பிகையின் ஆவி சோர்ந்தது. ஓருயிர் ஈருடலென வாழ்ந்தோம். ஓருடல் போயிற்று. அமிழ்தும் சுவையுமென இருந்தோம், அமிழ்தம் போயிற்று,' என்று முப்பதாண்டுகளுக்குப் பின் ஆறாத கண்ணீருடன் எழுதினார் திரு.வி.க.

கமலாம்பிகையை சகோதர சங்கம் என்ற அமைப்பினர் புகைப்படம் எடுத்தனர். உயிருடன் இருக்கும்போது அவளுக்கு படமே எடுக்கப்பட வில்லை. அதற்குத் தோன்றவேயில்லை. மனைவியின் நினைவு நாட்பட நீங்கும் என்றார்கள் உற்றோர். செல்பவரை எண்ணி வாழ்பவர் இல்லை, எல்லாமே மறக்கலாகும் என்றார்கள். ஆனால் நாட்கள் செல்லச் செல்ல அவருக்குள் கமலாம்பிகை மேலும் மேலும் அழுத்தமாக நிலைபெற்றாள்.

இரண்டாம் திருமணத்துக்காக பெரிய இடங்களில் இருந்து ஆட்கள் தேடி வரலானார்கள். அப்போது சைவநெறிச்செல்வராகப் புகழ்பெற்று விட்டிருந்தார் திரு.வி.க. புதுவையில் இருந்து ஒரு லட்சாதிபதி தேடிவந்து பெண்ணும் பெரும்பொருளும் கொடுக்கிறேன் என்றார். திரு.வி.க நடத்திவந்த தேசபக்தன் இதழை அவரே பணம்கொடுத்து நடத்துகிறேன் என்றார். ஆனால் திரு.வி.க மனம் மாறவில்லை. பொன்னும்பொருளும் இவ்வுலகமே கூட கமலாம்பிகைக்கு ஈடாகா தென்று சொல்லிவிட்டார்.

இப்போது தோன்றும் வைராக்கியம் நாட்பட நாட்பட நீங்கும், அப்போது தனிமை தோன்றும், அதை வெல்வது முடியாது போகும் என்று நலம் விரும்பிகள் சொன்னார்கள். அவர்களிடம் திரு.வி.க வாதிடவில்லை. அதெல்லாம் உண்மை என்று அவரே அறிவார். இல்லறமல்லாது நல்லற மில்லை என்பதை அவரளவுக்கு உணர்ந்தவர் இல்லை. கணவனை இழந்த மனைவியும் மனைவியை இழந்த கணவனும் பொருத்தமான துணையைத் தேர்ந்தெடுத்து மணம் செய்தல்தான் முறை என்றார். மணம் செய்யாமல் வாழும் கைம்மை வாழ்க்கை ஆணுக்கானாலும் பெண்ணுக் கானாலும் வீணே. அதில் இன்பம் இல்லை. மனிதர்கள் செய்தேயாக

வேண்டிய அறங்களை அத்தகையோர் செய்வது மிகமிக அரிதானது. தனிமை கொண்ட நெஞ்சுக்கு அத்தனிமை அல்லாமல் வேறெதிலும் சிந்தை செல்லாது. ஆகவேதான் தன் வாழ்நாள் முழுக்கக் கைம்பெண் மறுமணத்துக்காகப் போராடினார் திரு.வி.க.

ஆனால் அவரால் கமலாம்பிகை நினைவை விட்டு நீங்க முடியவில்லை. அந்நினைவு நீங்குமென்ற எண்ணமும் உருவாகவில்லை. அந்நிலையில் மறுமணம் செய்துகொள்ளுதல் தவறு. ஆகவே வேறு வழியில்லாமல் அவர் அந்த வாழ்க்கையைத் தேர்ந்துகொண்டார். தொண்டு மூலம் கனிவும் நிறைவும் பெறுவதற்கு சிறந்த வழி இல்வாழ்க்கையே. பயன் கருதாத் தொண்டைப்பற்றிச் சொல்லும் இரு நூல்கள் கீதையும் குறளும். இரண்டுமே இல்லறத்தாரால் இயற்றப்பட்டவையே. ஆனாலும் இல்லறத்துக்கு அவர் மனம் ஒப்பவில்லை.

காரணம் அவருள் எரிந்துகொண்டிருந்த அழியாப்பெருங்காதல். இல்லறம் வேறு காதல் வேறு. இல்லறத்தில் அன்பிருக்கலாம். காதல் அதைவிட மேலான ஒன்று. 'காதல் இயற்கை. அவ்வியற்கையுடன் இயைந்து வாழ்தற்கென்று ஒருத்தியென்றும் ஒருவனென்றும் மன்பதை படைக்கப்படுகிறது' என்று சொல்கிறார் திரு.வி.க.

அழியாக்காதலுடன் வாழ்ந்த திரு.வி.க பெண்களை வெறுத்து வைராக்யம் கொள்ளவில்லை. பெண்மை என்ற குணம் மீது, பெண்ணுலகம் மீது அந்தப் பெரும் பிரியத்தைத் திருப்பிக் கொண்டார். சிறுகுழந்தை முதல் முதிய பெண்டிர் வரை பெண்களையெல்லாம் நெஞ்சுக்குள் போற்ற ஆரம்பித்தார். 'பெண்ணிற் பெருந்தக்க யாவுள?' என்ற வரியே அவரது மந்திரமாக இருந்தது. வீட்டில் உள்ள தமையனார்களின் பெண் குழந்தைகள் அவரது வளர்ப்புக் குழந்தைகள் ஆயின. அவரது தமையனாருக்கு வீடு அமைதியாக இருக்க வேண்டும். ஆனால் திரு.வி.க வீட்டில் பெண்குழந்தைகள் ஆடியும் பாடியும் சிரித்து விளையாடும் ஒலி எப்போதும் கேட்கவேண்டுமென விரும்பினார். அப்பெண்களுடன் விளையாடிக் களித்தார்.

தன் அண்ணன் மகள்களைப்பற்றி திரு.வி.க எழுதும் வரிகள் அக்குழந்தைகள் மீது அவருக்கிருந்த பேரன்புக்குச் சான்று. மங்கையற்கரசியும் புனிதவதியும் அவரது செல்லங்கள். 'குழந்தைகளை என்னை அடிக்கச் சொல்வேன், உதைக்கச் சொல்வேன், கிள்ளச்சொல்வேன். புனிதவதி என் மேல் திடீரென்று பாயும். என் மயிரைப்பிடித்து இழுக்கும். என்னை அடிக்கும் உதைக்கும். அபராதமும் விதிக்கும். நாளேற நாளேற அபராதமும் ஏறும்...' அப்பெண்கள் வளர்ந்து குமரிகளாகும்போது தந்தைக்கு ஏற்படும் பரவசத்தை திளைத்துத் திளைத்து எழுதுகிறார்.

பின்னர் அப்பெண்களுக்கு மணமாகிக் குழந்தைகள் பிறந்தன. மங்கையற்கரசிக்குப் பிறந்த பேத்திகள் கற்பகவல்லி, சிவயோகவல்லி, வசந்தகுமாரி. புனிதவதிக்குப் பிறந்த பேத்திகள் உலகநாயகி, வனஜாட்சி, பொற்கொடி. ஆக, அவர் இறப்பு வரை வாழ்ந்த இல்லம் பெண்களால் நிறைந்திருந்தது. மழலை பேசும் பெண்கள் முதல் மூத்துக்கனிந்த பெண்கள் வரை. 'என்னை முழு மனிதனாக்கியது பெண்மை. என்னில் கனிவையும் மென்மையையும் கூட்டி வைத்தது பெண்மை' என்கிறார் திரு.வி.க.

அந்த அனுபவ ஞானத்தில் இருந்தே அவர் அவரது ஆகச்சிறந்த நூல் என்று சொல்லப்படும் 'பெண்ணின் பெருமை'யை எழுதினார். முப்பது வருடம் திரு.வி.க பெண்கல்விக்காகவும் விதவை மறுமணத்துக் காகவும் பெண்ணுரிமைக்காகவும் போராடியிருக்கிறார். பல பெண் கல்வி நிறுவனங்களை நடத்தியிருக்கிறார். மேடைகளில் பேசியிருக்கிறார். மதவாதிகளின் வாதங்களைத் துணிந்து எதிரிட்டிருக்கிறார். பெண்களுக் கான அமைப்புகளை நிறுவி நடத்தியிருக்கிறார்.

'வருவோர் போவோர் என் வீட்டைக்கண்டு பெண்ணின் பெருமை என்பர். ஏன்? என் வீடு பெண் மயம். யான் இப்போது குழந்தைகளுடன் விளையாடுகிறேன். குழந்தையாகிறேன். எனக்கு வயது அறுபது. யான் ஆறு வயதுக் குழந்தையாகிறேன்' என்கிறார் திரு.வி.க. பெண் ஆண்மனதில் உருவாக்கும் பேரின்பம் என்பது காமம் மட்டுமல்ல. உண்மையில் காமத்தால் அது மறைக்கப்பட்டிருக்கிறது. அதைத்தாண்டிச் செல்லும் மனதுக்கு தாயாக, மகளாக, சகோதரியாக, தூய அழகாக பெண்ணுலகம் கண்முன் விரிய ஆரம்பிக்கிறது. திரு.வி.கவின் வாழ்க்கையே அதற்குச் சான்று.

ஒரு பெண் மீது கொண்ட அமரகாதலே திரு.வி.கவுக்கு மீட்பாக ஆகியது. அது அவரை முழுமைப்படுத்தியது. நாள்தோறும் சிவபாதம் நண்ணி அவர் நாடிய விண்பதம் அந்த மெய்க்காதலாலேயே அவருக்கு மண்ணில் வாய்த்தது.

(திரு.வி.க வாழ்க்கைக் குறிப்புகள்.
திருநெல்வேலி சைவ சித்தாந்த நூற்பதிப்புக் கழகப் பதிப்பு)

பெரியசாமி தூரன்

முப்பத்தைந்தாண்டுகளுக்கு முன்னர் நயினார் என்று ஒரு பாடகரின் கச்சேரியைக் கேட்க நேர்ந்தது. குழித்துறை மகாதேவர் கோயிலில். அன்றெல்லாம் எங்களுக்கு சினிமா ஒரு பொருட்டே அல்ல. காரணம் படம்பார்க்க தொடுவட்டிக்குத்தான் செல்லவேண்டும். பணம் கொடுக்க வேண்டும். வீட்டில் அனுமதி பெரும்பாலும் கிடைக்காது. பள்ளியிறுதி வரை நான் பார்த்த மொத்த படங்களே பத்துக்குள்தான். சேர்த்து வைத்து புகுமுக வகுப்பில் பார்த்துத் தள்ளினேன். எங்களுக்கு கலை, கேளிக்கை எல்லாமே கோயில்திருவிழாக்கள்தான். பதினைந்து கிலோமீட்டர் வட்டத்தில் ஐம்பதுக்கும் மேற்பட்ட கோயில்களில் திருவிழாக்கள் உண்டு. திற்பரப்பு, திருவட்டாறு, குழித்துறை, பாறசாலை போன்ற பெரிய கோயில்களில் வருடத்தில் பத்துநாள் திருவிழா.

பெரும்பாலான பெரிய திருவிழாக்கள் மன்னர்காலத்திலேயே ஒழுங்கு செய்யப்பட்டவை. கதகளி, ஓட்டந்துள்ளல், திருவாதிரைக்களி போன்ற கேரளச் செவ்வியல் கலைகள் முக்கியமாக நடக்கும். கதகளியில் எனக்கு ஒரு பித்து உண்டு. சிறிய அம்மன், சாஸ்தா கோயில்களில் அவற்றை நடத்துபவர்களின் ருசிக்கு முக்கியத்துவம் உண்டு. கம்யூனிஸ்டுகள் அன்று பல கோயில்களைக் கையில் வைத்திருந்தார்கள். குறிப்பாக மஞ்சாலுமூடு கோயிலில் நடக்கும் மலையாள சமூக நாடகங்கள் மிகவும் பிரபலம். பாட்டுக் கச்சேரிகள் சில இடங்களில் இருக்கும். எங்கள் குழு மாதம் இரு திருவிழாவுக்குச் சென்றுவிடுவோம். அக்காலகட்டத்தின் களியாட்ட மனநிலையை பின்னர் நான் அறிந்ததே இல்லை. இளமையும் கலைகளும் கலந்து உருவான போதை அது.

அப்போதுதான் நயினாரின் பாடலைக் கேட்டேன். தொழில்முறைப் பாடகர் அல்ல. வற்கலை ராதாகிருஷ்ணனின் கதாபிரஸங்கம்

தொடங்குவதற்கு முன்பு ஒரு மணிநேரம் 'சும்மா' ஒரு பாட்டு, பக்கமேளம் உள்ளூரிலேயே. அவரது கணீரென்ற குரல் முதலிலேயே என்னைக் கவர்ந்தது. சுத்தமான தமிழ்ப்பாடல்களை மட்டுமே பாடினார். ஒரு பாடலைக் கேட்டு என்னவென்றே தெரியாத மன எழுச்சிக்கு ஆளாகி நான் கண்ணீர் சிந்தினேன். 'என்னடா? என்னடா?' என்று நண்பர்கள் உலுக்கினார்கள். சொல்லத்தெரியவில்லை. மனம் பாகாக மாறி ஓடி மறைந்துவிட்டது. 'முருகா முருகா என்றால் உருகாதோ உந்தன் உள்ளம்!'

இன்றும் அவ்வனுபவத்தை என்னால் மீட்டெடுக்க முடிகிறது. நான் அன்றுகூட பக்தன் இல்லை. கடவுள் நம்பிக்கை எங்கோ இருந்தாலும் அது பகவதிமீதுதானே ஒழிய முருகனோ சிவனோ விஷ்ணுவோ அல்ல. நவீன இலக்கிய வாசிப்பு அதி தீவிரமாக நடந்துகொண்டிருந்தது. கம்யூனிஸ்டுக் கட்சி தொடர்பும், ஈடுபாடும் இருந்தது. அப்படியும் ஒன்று என்னை மீறி நிகழ்ந்துவிட்டது. மனித வாழ்க்கையின் மீட்பற்ற பிரம்மாண்டமான தனிமையையும் அதன் கையறுநிலையையும் நான் சட்டென்று உணர்ந்தேன் என்று சொல்லலாம். அந்த நிகழ்ச்சியை வைத்து என்னை நெடுங்காலம் நண்பர்கள் கிண்டல்செய்வார்கள்.

மேலும் நாலைந்து வருடம்கழித்து பழைய குமுதம் இதழில் ஒரு செய்தியை வாசித்தேன். கோவையில் ஓர் அரங்கில் மதுரை சோமு அந்தப்பாடலை பாடினார். 'முருகா முருகா என்றால் உருகாதோ உந்தன் உள்ளம்' சோமு எப்படிப் பாடியிருப்பார் என்பதை இசைரசனை உள்ளவர்கள் ஊகிக்க முடியும். அதைக் கேட்டுக்கொண்டிருந்த குள்ள மான, கண்ணாடி போட்ட, ஒரு மனிதர் கண்ணீர் விட்டு அழுது கொண்டிருந்தாராம். அந்த மனிதர் பெயர் பெரியசாமி தூரன். அவர்தான் அந்தப்பாடலின் ஆசிரியர்.

பெரியசாமி தூரன் சிறுபிள்ளைகளுக்கெல்லாம் தெரிந்த பெயர். ஆரம்பப்பள்ளிமுதல் சிறுவர்கள் அவர் எழுதிய பாடல்களைப் பாடித் தான் வளர்ந்திருப்பார்கள். பெ.தூரன் என்றபெயரை நானெல்லாம் பேத்தூரன் என்று நெடுநாள் சொல்லிக்கொண்டிருந்தேன். சமீபத்தில் நண்பரின் குழந்தையும் அவ்வாறே சொல்வதைக் கேட்டேன். குழந்தைகள் வாயில் பெயர் ஒலிப்பதென்பது பெரிய அதிருஷ்டம். தூரனுக்கு அந்த யோகம் இருந்தது.

ஆனால் கணிசமான தமிழர்கள் ஆரம்பப்பள்ளிக்குப் பிறகு தூரனைப்பற்றி எதையுமே கேள்விப்பட்டிருக்க மாட்டார்கள். தூரனுக்கு மூன்று முகங்கள் உண்டு. குழந்தையிலக்கிய ஆசிரியர், தமிழிசைப் பாடலாசிரியர். இவ்விருதளங்களிலும் இன்றும் அவரது பெயர் ஒலித்துக்கொண்டே இருக்கிறது. மகாராஜபுரம் சந்தானத்தின் இசை

நிகழ்ச்சிகளில் பெரும்பாலும் சுத்தானந்த பாரதியார், பெரியசாமி தூரன் இருவரில் ஒருவர் இயற்றிய கீர்த்தனைகளில் ஒன்று வந்துவிடும். சஞ்சய் சுப்ரமணியம், அருணா சாய்ராம் போன்றவர்களின் கச்சேரி களிலும் தூரனின் கீர்த்தனைகள் ஒலிக்கும்.

ஆனால் தூரனின் வாழ்க்கையின் பெரும்பகுதி வேறுவகையான பிரம் மாண்டமான அறிவுச்செயல்பாடுகளுக்காகவே செலவிடப்பட்டது. தமிழகம் கண்ட மாபெரும் அறிஞர்களில் ஒருவர் அவர். நவீனத் தமிழின் அடிப்படைக் கட்டுமானங்களை உருவாக்கியவர்களில் எஸ்.வையாபுரிப்பிள்ளையும் பெ.தூரனும் முக்கியமானவர்கள். வையாபுரிப்பிள்ளையின் பேரகராதியும் தூரனின் கலைக்களஞ்சியமும் தான் நவீனத்தமிழின் செயல்பாட்டையே வகுத்தன.

அறுபதாண்டுகால சுதந்திர இந்திய வரலாற்றில் மிக அதிகமாக தமிழுக்குப் பங்களிப்பாற்றிய ஆட்சி தொடக்க இருபதாண்டுகால காங்கிரஸ் ஆட்சியே என்பதே உண்மை. தமிழை ஒரு நவீன மொழியாக உருவாக்கவும், அன்றாடப்பயன்பாட்டுக்குக் கொண்டுவரவும் தொலைநோக்குள்ள திட்டங்கள் உருவாக்கப்பட்டன. பேரறிஞர்கள் அவற்றில் பொறுப்பில் அமர்த்தப்பட்டு போதிய நிதியும் ஒதுக்கப் பட்டது. தமிழகம் முழுக்க நூலக இயக்கம் பரவலாகக் கொண்டு செல்லப்பட்டது. இந்தச்செயல்பாடுகளில் அன்றைய கல்வியமைச்சர் தி.சு.அவினாசிலிங்கம் அவர்களின் தலைமையும் வழிகாட்டலும் மிக முக்கியமானவை.

விளைவாக தமிழர்கள் பெருமிதம் கொள்ளும் முயற்சிகள் தமிழில் நிகழ்ந்தன. இன்றும் நாம் புழங்கும் பலநூறு ஆட்சிச்சொற்கள் அப்போது ஆட்சிச்சொல்லாக்க குழுவினரால் உருவாக்கப்பட்டவை. இந்திய மொழிகளில் முன்னோடி முயற்சியாக ஒரு முழுமையான பேரகராதி உருவாக்கப்பட்டது. எஸ்.வையாபுரிப்பிள்ளையின் அந்தப் பேரகராதிக்கு இன்றுவரை உரிய முறையில் மறுபதிப்பு கொண்டுவரக் கூட பிறகுவந்த ஆட்சிகளால், மொழிக்கென அவர்கள் செலவழித்த கோடானுகோடிகளால் முடியவில்லை. இதை தீவிர திராவிட இயக்க ஆதரவாளரான தமிழாய்வாளர் ஆ.இரா.வேங்கடாசலபதியே குறிப் பிட்டிருக்கிறார். பிறகு அகராதி முயற்சிகள் பல நடந்தன. அவை யெல்லாம் திறனற்ற நகல் முயற்சிகளாக நீண்டு முடிவடையாமலேயே நின்றுவிட்டன.

அதேபோல முக்கியமானது தூரனின் பெரும் கலைக்களஞ்சியம். ஒரு மொழியின் முதல் பேரகராதியும் முதல் கலைக்களஞ்சியமும் எத்தகைய மகத்தான சாதனைகள் என்பதை இன்று பலரும் எண்ணிப் பார்ப்பதேயில்லை. கலைக்களஞ்சியத்துறையின் தலைவராக இருந்த

போதிலும் கிட்டத்தட்ட தனியாளாகவே அவர் அப்பெரும்பணியை செய்து முடிக்கவேண்டியிருந்தது என்பதை தமிழ்ச்சூழலை வைத்துப் பார்ப்பவர்கள் புரிந்து கொள்ள முடியும்.

தூரன் தன் கலைக்களஞ்சியத்தை உருவாக்கிய நாட்களில் அவரது உழைப்பைப்பற்றி சமகால அறிஞர்களான கி.வ.ஜகன்னாதன் போன்ற வர்கள் பெரிதும் குறிப்பிட்டிருக்கிறார்கள். ஏறத்தாழ 20 வருடங்கள் ஒவ்வொருநாளும் விழித்திருக்கும் நேரம் முழுக்க அவர் அதில் ஈடுபட்டிருந்தார். நகலெடுக்கும் வசதிகளும் பிற வசதிகளும் இல்லாம லிருந்த அக்காலகட்டத்தில் அனைத்துத் தகவல்களையும் கையாலேயே குறித்துக்கொண்டு எழுதி அகர வரிசை அட்டைபோட்டு வேலைசெய்து கொண்டே இருந்திருக்கிறார். ஒரு சாதாரண உரையாடலின் போது சில நிமிடங்கள் பேசிவிட்டு ஓரமாக நகர்ந்து தன் வேலையில் மூழ்கிய தூரனைப்பற்றி கி.வ.ஜ சொல்கிறார்.

கலைக்களஞ்சியத்துக்குப் பின்னர் குழந்தைகள் கலைக்களஞ்சியம் ஒன்றையும் தூரன் உருவாக்கினார். இக்கலைக்களஞ்சியங்களின் அருமையை அறிய வேண்டுமென்றால் கால் நூற்றாண்டு கழித்து பெரும் நிதியுதவியுடன் பலநூறு பேர் எழுத தஞ்சை தமிழ் பலகலைக்கழகம் உருவாக்கிய வாழ்வியல் களஞ்சியம் என்ற கலைக்களஞ்சியத்துடன் ஒப்பிட வேண்டும். பெரும்பாலும் தூரனின் கலைக்களஞ்சியத்தை நீர்த்துப்போன மொழியில் நகலெடுத்திருக்கிறார்கள் ஆசிரியர்கள். அவற்றின் பெரும்பாலான கட்டுரைகள் கலைக்களஞ்சியம் என்ற தகுதிக்குள் வராதவை.

தூரனின் கலைக்களஞ்சியத் தொகுதிகளின் பயன் என்ன? எளிமையாக ஒன்றை கவனித்துப் பார்க்கலாம். அவரது கலைக்களஞ்சியங்கள் வரத் தொடங்கியபின்னரே தமிழில் பொது அறிவு துறைசார்ந்த பல்லாயிரம் நூல்கள் எழுதப்பட்டன. மருத்துவம் இயற்பியல் போன்ற துறைகளில் கூட அடித்தள மாணவர்களுக்கு உதவக்கூடிய எளிய நூல்கள் முதல் பலவகையான நூல்கள் வெளிவந்தன. அவற்றை பெரும்பாலும் தமிழாசிரியர்கள் எழுதியிருக்கிறார்கள். அவையெல்லாமே தூரனின் கலைக்களஞ்சியத்தின் மறு பிறப்புகள். தூரனின் கலைக்களஞ்சியம் நூறாக ஆயிரமாக பிளந்து பரவி தமிழ் அறிவுலகை உருவாக்கியது என்றால் மிகையல்ல.

அத்துடன் அனைத்து தளங்களுக்கும் தமிழைக் கொண்டு போக தூரன் செய்த ஆரம்பகால கடும் முயற்சி கலைச்சொற்களை தேவையாக்கியது. பலவகையான சொற்றொடர் முறைகளை தேவையாக்கியது. அந்தச் சவாலை அவர் சந்தித்ததாலேயே அவரது கலைக்களஞ்சியம் நவீனத் தமிழுக்கு அடித்தளமாக அமைந்தது.

நான் என் உயர்நிலைப்பள்ளி வாழ்க்கையில் தூரனின் கலைக்களஞ்சியத் தொகுதியின் தீவிர வாசகனாக இருந்தேன். அக்காலத்தில் தொடர்ச்சியாக நடக்கும் கட்டுரை பேச்சுப்போட்டிகளுக்காக நாங்கள் நண்பர்கள் முண்டியடித்து, அக்கலைக்களஞ்சியங்களை நூலகமாக இருந்த ஆசிரியர் ஓய்வறையில் தரையில் அமர்ந்து படித்து குறிப்பெடுப்போம். வேறு கலைக்களஞ்சியங்கள் எதையுமே கண்டிராத அந்த வயதில் அந்தக் கிராமத்துப் பள்ளியில் அந்நூல்கள் மானுட அறிவின் பிரம்மாண்டத்தை உணர்த்துவனவாக இருந்தன.

ஈரோடு மாவட்டம் மஞ்சக்காட்டு வலசை என்ற கிராமத்தில் 1908ல் செப்டெம்பர் 26 ஆம் நாள் பிறந்தார் தூரன். தூரன் என்பது கொங்கு கவுண்டர்களில் ஒரு துணைப்பிரிவு. தந்தை பழனியப்பக் கவுண்டர். தாய் பாவாத்தாள். மொடக்குறிச்சியில் ஆரம்பப்பள்ளிக்கல்வி பெற்றபின் ஈரோடு மாசன உயர்நிலைப்பள்ளியில் பள்ளியிறுதி முடித்தார். அப்போது ஆசிரியராக இருந்த திருமலைச்சாமி அய்யங்காரால் அவருக்கு தமிழார்வம் உருவானது.

1939ல் காளியம்மாளை மணம்புரிந்துகொண்டார். மூன்று பெண்களும் ஒரு ஆணுமாக நான்கு குழந்தைகள். தூரன் 1927 சென்னை மாநிலக் கல்லூரியில் அறிவியல்பாடங்களில் இண்டர்மிடியட் படித்து வென்றார். 1929ல் கணிதத்தில் எல்.டி பட்டம்பெற்று ஆசிரியர் பயிற்சியும் பெற்றார். 1929 முதல் நான்காண்டுகள் கோபிசெட்டிப்பாபளையம் வைரவிழா உயர்நிலைப்பள்ளியிலும் பின்னர் போத்தனூர் மற்றும் பெரியநாயக்கன் பாளையம் பகுதிகளில் இயங்கிய ராமகிருஷ்ணா உயர்நிலைப் பள்ளியிலும் ஆசிரியராக பணியாற்றினார். இக்காலகட்டத்தில் அவர் முறைப்படி மரபிசையைக் கற்றுத்தேர்ந்தார்.

சிறு வயதிலேயே உறுதியான காங்கிரஸ்காரர். சுதந்திரத்துக்குப்பின் தி.சு.அவினாசிலிங்கம் அழைப்பை ஏற்று 1948 முதல் 1968 வரை இருபதாண்டுக்காலம் தன்னாட்சி உரிமையுடன் இயங்கிய தமிழ் வளர்ச்சிக்கழகத்தின் பொறுப்பில் இருந்து கலைக்களஞ்சிய வெளியீட்டில் ஈடுபட்டார். சராசரி 750 பக்கங்கள் கொண்ட 10 தொகுதிகளாக இந்நூல் வெளிவந்தது. அத்தகைய ஒரு கலைக்களஞ்சியம் இந்திய மொழிகளில் தமிழிலேயே முதலில் வெளிவந்தது. பின்னர் தன் சொந்த முயற்சியால் 1976 வரை உழைத்து சராசரி 100 பக்கங்கள் கொண்ட 10 தொகுதிகளாக குழந்தைகள் கலைக்களஞ்சியத்தை வெளியிட்டார்.

தூரனின் சாதனைகளில் முக்கியமானது பாரதியார் 1904 முதல் 1921 வரை சுதேசமித்திரன் இதழில் எழுதிய படைப்புகளைத் தேடி எடுத்து ஆவணப் படுத்தி காலவரிசைப்படி தொகுத்து 'பாரதி தமிழ்' என்ற பேரில்

வெளியிட்டது. பாரதி ஆய்வுகள் தமிழில் தொடங்கப்படுவதற்கான வழிகாட்டி முயற்சி என்பதுடன் பாரதி படைப்புகள் அழிந்து விடாமலிருக்க தக்க நேரத்தில் செய்யப்பட்ட பெரும்சேவையுமாகும். திரு.வி.கவின் ஆலோசனைப்படி இதை தூரன் செய்ததாகச் சொல்லப் படுகிறது.

தூரன் கவிதைகள், கதைகள், இதழியல்கட்டுரைகள், ஆய்வுக் கட்டுரைகள் என கிட்டத்தட்ட 20 நூல்களை படைத்திருக்கிறார். தூரனின் கவிதைகள் பாரதி கவிதைகளின் பாதிப்பில் எழுந்த நேரடியான மொழி எழுச்சி கொண்டவை. ஆனால் பாரதியிடம் இருந்த நவீன படைப்புத்திறன் அவரிடம் இல்லை. இலக்கியப் படைப்பாளியாக தூரனின் பங்களிப்பு முக்கியமானதல்ல.

தூரன் 1980 முதல் நோய்வாய்ப்பட்டிருந்தார். 1987 ல் ஜனவரி 20 ஆம் நாள் மரணமடைந்தார். கடைசிக்காலத்தில் கிட்டத்தட்ட முழுமையான புறக்கணிப்புக்கு உள்ளாகியிருந்தார். பொள்ளாச்சி நா. மகாலிங்கம் அவர்களின் உதவி மட்டுமே இருந்தது. சிற்றிதழ் சார்ந்த சூழலில் மட்டுமே அவரது பெரும் சாதனைகளைப்பற்றிய மெல்லிய பிரக்ஞை எஞ்சியிருந்தது. ‘நான் செத்தால் ரேடியோவிலே கூட சொல்ல மாட்டாங்களே ராமசாமி’ என்று அவர் வாதநோய் கண்டு படுக்கையில் இருக்கையில் பார்க்கவந்த சுந்தர ராமசாமியிடம் கண்ணீர் மல்கச் சொன்னார்.

தூரனைப்பற்றிய தொகை நூல் ஒன்றை பாரதீய வித்யா பவன், கோவை மையம் வெளியிட்டிருக்கிறது. சிற்பி பாலசுப்ரமணியம் தொகுப்பா சிரியராகவும் பேராசிரியர் இராம இருசுப்பிள்ளை, டாக்டர் ஐ.கெ.சுப்ர மணியம் ஆகியோர் இணையாசிரியர்களாகவும் செயல்பட பொள்ளாச்சி நா. மகாலிங்கம் அவர்களின் முன்னுரையுடன் வந்திருக்கிறது இந்த நூல்.

தூரனின் நூற்றாண்டு முடிந்த பின்னர் இதை எழுத வேண்டுமென எண்ணியிருந்தேன். தான்சார்ந்த மொழிக்கும் பண்பாட்டுக்கும் தன் இறுதிச்சொட்டு உழைப்பை அளித்து மறைந்த அந்த எளிய மனிதரைப் பற்றி சம்பிரதாயமாக ஏதும் சொல்லிவிடக்கூடாது என்ற எண்ணம் இருந்தது. எளிமை, தனக்குள் மூழ்கி உழைக்கும் அர்ப்பணிப்பு ஆகியவை அடிப்படை விழுமியங்களாக இருந்த ஒரு காலகட்டத்தின் பிரதிநிதி பெரியசாமி தூரன்.

மரபின் கடற்கரையில்: வெட்டம் மாணி

மலையாள மொழியின் மிகப்பெரிய தனிமனித சாதனைகள் நான்கு என்பார்கள். ஒன்று, 'ஸ்ரீகண்டேஸ்வரம்' தொகுத்த மகாநிகண்டு. சமஸ்கிருத, மலையாளச் சொற்களுக்கான மாபெரும் அகராதி இது. இரண்டு, கொடுங்கல்லூர் குஞ்சிகுட்டன் தம்புரான் மகாபாரதத்தை முழுமையாக செய்யுளில் மொழியாக்கம் செய்தது. மூன்று வேதங்களை வள்ளத்தோள் நாராயணமேனன் மொழியாக்கம் செய்தது. நான்கு வெட்டம் மாணியின் புராணக் கலைக்களஞ்சியம்.

1964 ல் வெளிவந்த புராணக் கலைக்களஞ்சியம் ஒருவகையில் இந்திய மொழிகளில் உள்ள எந்த ஒரு புராணக்கலைக்களஞ்சியத்தை விடவும் மேலானது, முழுமையானது என்று அறிஞர்கள் குறிப்பிடுகிறார்கள். இந்தியாவின் பிரம்மாண்டமான புராண மரபை மூல சமஸ்கிருத, பாலி, பிராகிருத மொழிகளில் இருந்து விரிவாக தொகுத்து படிப்பதற்கு இனிய மொழியில் எழுதப்பட்டது இந்த கலைக்களஞ்சியம்.

மலையாளமொழியின் எக்காலத்திலும் பெரிய வணிக வெற்றிகளில் ஒன்று இந்நூல். இதுவரை இருபத்தைந்து பதிப்புகளிலாக ஒன்றரை லட்சம் பிரதிகள் விற்கப்பட்டுள்ளது இந்த மாபெரும் நூல். அனேகமாக படிக்கும்பழக்கமுள்ள மலையாளிகள் அனைவருமே இந்நூலை அறிந்திருப்பார்கள். இது இல்லாத நூலகம் இல்லை. பலவகையிலும் இந்நூலுடன் ஒப்பிடத்தக்க அபிதான சிந்தாமணி தமிழில் பெற்ற முழுமையான புறக்கணிப்பை நாம் இங்கே கவனத்தில் கொள்ள வேண்டும்.

புராணக் கலைக்களஞ்சியத்தின் ஆசிரியரான வெட்டம் மாணி ஒரு சிரியன் கிறித்தவர். கோட்டயத்துக்கு அருகே உள்ள கொச்சுமற்றம் என்ற சிற்றூரில் 1927 ல் ஒரு வேளாண் குடும்பத்தில் பிறந்தார். அப்பா

பெயர் புதுப்பள்ளி வெட்டம் உலஹன்னான். அம்மா அன்னம்மா. ஆங்கிலப்பள்ளியில் மெட்ரிகுலேஷன் படித்தாலும் அதை முழுமைப் படுத்த முடியவில்லை. கோட்டயம் அருகே பாம்பாடி என்ற ஊரில் உள்ள விஞ்ஞான சம்வர்த்தினி சமஸ்கிருதப் பள்ளியில் ஆசிரியரானார்.

அப்பள்ளியில் போதிய ஊதியம் கிடைக்கவில்லை என்று சண்டை போட்டு ராஜினாமா செய்துவிட்டு ராணுவத்தில் சேர்வதற்காக பெங்களூர் சென்றார். அங்கேதான் ராணுவ வாழ்க்கையின் கொடுமை களை அறிந்து ராணுவத்தில் பயிற்சியை முடிக்காமல் வெளியேறி ஊர் ஊராகச் சுற்றும் நாடோடியானார். பல வருடம் அவர் இந்திய நிலப்பகுதியில் அலைந்து திரிந்தார். அப்போது பதினைந்துக்கும் மேற்பட்ட மொழிகளைக் கற்றார்.

பின்னர் ஊர்திரும்பி கறுகச்சால் என்.எஸ்.எஸ் ஆசிரியர் பயிற்சிப் பள்ளியில் ஆசிரியரானார். பயிற்சிக்குப் பின்னர் பலவருடங்கள் ஆரம்பப்பள்ளி ஆசிரியராகப் பணியாற்றினார். புதுப்பள்ளி தறயில் ஆரம்பப்பள்ளி, அரயன்னூர் நடுநிலைப்பள்ளி, கோட்டயம் சி.எம்.எஸ் பள்ளி போன்றவற்றில் ஆசிரியராக இருந்தார்.

வெட்டம் மாணியின் ஆளுமை வேடிக்கையானது. அவரது தனி வாழ்க்கை பலவகையான தளங்கள் கொண்டது. அவரை ஒரு அதீதமனம் கொண்டவர் (Excentric) எனலாம். அவருக்கு எதிலெல்லாம் ஆர்வம் இருந்தது என்று சொல்வது கஷ்டம். உச்சகட்ட திறன் கொண்ட அவரது மூளைக்கு அவர் வாழ்ந்த வாழ்க்கை போதவில்லை. ஆகவே ஒரே சமயம் பல வாழ்க்கை வாழ்ந்தார்.

வெட்டம் மாணி கவிதைகள் எழுதினார். அவரது முதல் தொகுதி 'அந்தியபாஷ்பம்'. அதன் பின் தொடர்ச்சியாக கதைகளும் கவிதை களும் எழுதினார். கதாபிரஸங்கம் என்ற கலையில் (தனிநபர் நடிப்பும் பாடல்களுமாக ஒருவரே ஒரு கதையை மேடையில் நிகழ்த்துவது) புகழ்பெற்று நிறைய பணம் சம்பாதித்தார். நன்றாகப் பாடுவார். பைபிளில் ஒரு நிபுணர். ஆகவே கிறித்தவப்பேருரைகள் செய்வார். அறிவியலில் பெரும் ஆர்வம் உண்டு.

இதன் நடுவே பள்ளிகள் மாறிக்கொண்டே இருந்தார். மூன்று வருடத்துக்குமேல் அவர் ஒரு நிறுவனத்தில் வேலைபார்த்தது இல்லை. வேலையைவிடுவதில் அவருக்கு அதிகமான உற்சாகம் இருந்தது. கோட்டயம் எம்.டி பள்ளி, மணார்காடு தேவாலயப்பள்ளி என்று மாறிக்கொண்டே இருந்தார். நடுவே இந்திபயில்வதில் ஆர்வம் எழுந்து முதல் தகுதியில் ராஷ்ட்ர பாஷா விஸாரத் பட்டம்பெற்றார். அதன்பின் ஹிந்தி கற்பிக்க ஒரு தனியார் பயிற்சிப்பள்ளியை ஆரம்பித்து அதை வெற்றிகரமாக நடத்தினார்.

பின்னர் அதை ஒரு பெரிய தனியார் கல்வி நிறுவனமாக வளர்த்தார் வெட்டம் மாணி. பிரகாஷ் கல்வி நிறுவனங்கள் என்ற பேரில் அவர் நடத்திய அந்த அமைப்பு பல கிளைகளுடன் வளர்ந்து ஒரு கட்டத்தில் அதில் இரண்டாயிரம் மாணவர்கள் படித்தார்கள். இந்தக் கால கட்டத்தில் அவர் ஆங்கிலம் மலையாளம் சமஸ்கிருதம் ஆகிய மொழிகளில் முதுகலைப் பட்டங்கள் பெற்றார். அக்காலத்தில் மிகமிகப்புகழ்வாய்ந்த ஆசிரியராக அவர் கருதப்பட்டார். ஆகவே அவரிடம் கற்க மாணவர்கள் குவிந்தார்கள்.

அவரது பள்ளி வெற்றிகரமாக நடந்தகாலத்தில் வெட்டம் மாணி புராணக் கலைக்களஞ்சியத்தின் பணியை ஆரம்பித்தார். ஏறத்தாழ 9 வருடம் கடுமையாக உழைத்தார். தினம் இரண்டுமணிநேரம் மட்டுமே அவர் தூங்குவது வழக்கம். பகலில் பன்னிரண்டு மணிநேரம் வரை வகுப்புகள். இரவில் எட்டுமணிநேரம் வரை புராண ஆராய்ச்சி. ஒருகட்டத்தில் முற்றிலும் தூக்கமிழந்து தூக்கமின்மைநோய்க்கு ஆளானார். அது அவரது உடலை பாதித்தாலும் சிந்தனை தெளிவாகவே இருந்தது.

1964ல் புராணக் கலைக்களஞ்சியத்தின் முதல் பதிப்பு அவராலேயே பிரசுரிக்கப்பட்டது. 1967ல் இரண்டாம் பதிப்பையும் அவரே பிரசுரித்தார். ஆரம்பத்தில் கவனிக்கப்படாதுபோன இந்த பெருநூல் மெல்லமெல்ல அறிஞர் மத்தியில் புகழ்பெற்றது. பின்னர் இதன் பகுதிகள் இதழ்களில் பிரசுரமாக ஆரம்பித்தபோது இதன் இனிய வாசிப்புத்தன்மை பொது வாசகர்களைக் கவர்ந்தது. இந்நூல் ஒரு வெற்றிகரமான நிறுவன மாகவே வளர்ந்தது. இன்று வருடம்தோறும் லட்சக்கணக்கில் பதிப்புரிமை வருமானம் ஈட்டும் ஒரு நூலாக உள்ளது.

1971ல் வெட்டம் மாணி 'பாவனா' என்ற இலக்கிய வார இதழை ஆரம்பித்தார். 20 இதழ்களுக்குமேல் அதை நடத்த முடியவில்லை. புராணக் கலைக்களஞ்சியம் தவிர 10 நூல்கள் அவரால் எழுதப்பட்டன. 1987 மேமாதம் 29 ஆம் தேதி வெட்டம் மாணி மறைந்தார்.

வெட்டம் மாணியின் மனைவி பெயர் சி.வி.அன்னம்மா. சி.வி.ஜோணப்பா, ஜார்ஜ் வெட்டம், டைட்டஸ் மாணி ஆகிய மூன்று மைந்தர்கள். மூவருமே புகழ்பெற்றவர்கள். சி.வி.ஜோணப்பா, ஜார்ஜ் வெட்டம் இருவரும் கல்லூரி ஆசிரியர்கள், வரலாற்று இலக்கிய ஆய்வாளர்கள். டைட்டஸ் மாணி கேரளத்தின் முதன்மையான வழக் கறிஞர்களில் ஒருவர்.

கேரளத்தில் மிகவும் ஆர்வமூட்டக்கூடிய ஒரு விஷயம் இந்து புராணங் களில் கரைகண்ட பேரறிஞர்கள் ஏறத்தாழ அனைவருமே சிரியன்

கிறித்தவர்கள் என்பது. 1934ல் ராவ்பகதூர் ஓ.எம்செறியான் 'ஹைந்தவ தர்ம சுதாகரம்' என்ற பெருநூலை தொகுத்தார். நான்கு பகுதிகள் கொண்ட கலைக்களஞ்சியமான இது இந்து மரபுகள், அறநெறிகள், நம்பிக்கைகள் ஆகியவற்றின் தொகுப்பு. அதைத்தொடர்ந்து பைலோ போள் என்ற பேரறிஞர் இந்து புராணங்களுக்கான அகராதியான 'புராணகதாநிகண்டு'வை தயாரித்தார்.

வெட்டம் மாணியின் கலைக்களஞ்சியம் இவ்விரு நூல்களின் வழிநூல். ஆனால் முழுமையானது. ஒவ்வொரு புராண கதைமாந்தருக்கும் கொடுக்கப்பட்டுள்ள கட்டுரையில் அக்கதாபாத்திரம் முதன்முதலில் எந்த புராணத்தில் தோன்றுகிறது, எந்தெந்த புராணங்களில் அந்தக் கதாபாத்திரம் எவ்விதமெல்லாம் வளர்ச்சி கொள்கிறது, அதன் பல்வேறு தோற்றநிலைகள் என்ன, அந்தப் பெயரில் வேறு எந்தெந்த புராணக் கதாபாத்திரங்கள் உள்ளன என்றெல்லாம் வரிசையாக விரிவான தகவல்கள் காணப்படும். சொல்லப்போனால் அத்தலைப்பு பற்றிய முழுமையான ஓர் ஆய்வுக்கட்டுரையாகவே அது இருக்கும். வெட்டம் மாணியின் ஒரு தலைப்பையே முனைவர் பட்ட ஆய்வேடாக எழுதி விடலாம் என்பார்கள்.

உதாரணமாக இந்திரன். இந்திரன் என்ற தலைப்பின் கீழ் முதல் உபதலைப்பு 'தோற்றம்' அடுத்தது 'வம்சாவளி' அதன் பின் 'இந்திரனும் கருடனும்' என்ற தலைப்பில் இந்திரனைப்பற்றிய முதல் தொல்கதை. அதன்பின் கலைக்களஞ்சிய அளவில் 16 பக்கங்களில் இரு பத்திகளில் நுண்ணிய எழுத்தில் 96 உபதலைப்புகளில் இந்திரனைப் பற்றிய மிகவிரிவான தகவல்கள் உள்ளன. அதை ஒரு சிறு நூலாகவே வெளியிடலாம். உடனே அடுத்த தலைப்பு. இந்திரகீலம். 'இமாலயத்துக்கும் கந்தமாலனுக்கும் முன்னால் உள்ள ஒரு மலை. இந்த மலையின் அதிபன் குபேரனின் உபாஸகன். மகாபாரதம் வனபர்வம் 37 ஆம் அத்தியாயம்' என்ற ரத்தினச்சுருக்கமான குறிப்பு. அடுத்தது இந்திரஜித் என்ற தலைப்பில் மிக விரிவான கட்டுரை.

வெட்டம் மாணியின் இன்னொரு பெரும் நூல் ராமசரிதம் என்ற பிரபலமான கதகளி ஆட்டக்கதைக் காவியத்துக்கு அவர் எழுதிய பேருரை, இரண்டு பகுதிகளிலாக இது வெளியாகியது. கிருஷ்ணகாதை என்ற தொன்மையான நூலுக்கும் அவர் விரிவான விரிவுரை எழுதியிருக்கிறார். காந்தியைப்பற்றி சிறுவர்களுக்காக 'குழந்தைகளின் காந்தி' என்றநூலை எழுதியிருக்கிறார். கம்பராமாயணத்தின் சுந்தரகாண்டத்தை மலையாளத்தில் எழுதியிருக்கிறார், கேரள இலக்கியவரலாற்றை விரிவாக எழுதியிருக்கிறார். எனினும் வாழ்ந்தபோது வெட்டம் மாணிக்கு அதிக வருமானத்தை அளித்தது அவர் எழுதிய பல ஆங்கில வழிகாட்டி நூல்களே.

வெட்டம் மாணி அடிப்படையில் மத பக்தி கொண்ட கிறித்தவர். பைபிளில் அவருக்கு ஆழமான ஈடுபாடும் படிப்பும் இருந்தது. இந்து புராணங்களை அவர் இந்திய நாட்டின் கலாசார அடித்தளமாகவே காண்கிறார், மதநூல்களாக அல்ல. 'எந்த ஒரு பண்பாடும் அது உருவாக்கி எடுத்திருக்கும் புராண இதிகாசங்களின் மீது வேரூன்றிய படித்தான் வளர முடியும். இந்திய இலக்கியமும் அப்படித்தான். மகத்தான மகாபாரதம், ராமாயணம், புராணங்கள், ஸ்மிருதிகள் போன்றவை நம் பண்பாட்டை உருவாக்கும் சக்திகள்' என்று தன் முன்னுரையில் வெட்டம் மாணி குறிப்பிடுகிறார்.

'உலக இதிஹாச நாயகர்களான ஹோமர் போன்றவர்களையெல்லாம் வாமனர்களாக சிறுத்து காலடியில் கைகூப்பி நிற்கச்செய்யும் பேருருவ மான வியாசனைப் புறக்கணித்து என்ன நவீன இலக்கியம் உருவாக முடியும்?' என்று சொல்லும் வெட்டம் மாணி அதன்பொருட்டே இந்தப் பெருநூலை உருவாக்கினார். ஒரு மொழியின் இலக்கியம் அப்பண் பாட்டிற்கே உரிய படிமங்களால்தான் உருவாக முடியும். அவையே இலக்கிய ஆக்கத்துக்கான மூலமொழி (Proto language)யை கட்டமைக் கின்றன. இந்திய இலக்கியத்துக்கு அது புராண இதிஹாசங்களே என்கிறார் வெட்டம் மாணி.

பன்மொழி அறிஞரும், செவ்விலக்கியங்களில் ஊறியவருமான வெட்டம் மாணி 'மானுடகுலத்தின் அனைத்து தளங்களையும் தெளிவு படுத்தும் தன்மையை வைத்துப்பார்த்தால் மகாபாரதத்தைவிட மேலான ஒரு இலக்கிய ஆக்கம் இந்தப் புவிமீது இதுவரை உருவானதில்லை என்று நான் உறுதியாக எண்ணுகிறேன். இவ்விஷயத்தில் ஆதிகவிஞரான வான்மீகி கூட வியாசனுக்கு மிகமிகப் பின்னால் வரக்கூடியவனே. பிறகல்லவா ஹோமர்? வியாசனுக்கு மானுட இலக்கிய வரலாற்றில் அளிக்கப்படவேண்டிய இடம் இன்றுவரை நம்மால் பெறப்பட வில்லை. வியாசசரஸ்வதியின் தாய்ப்பால் குடித்து வளர்ந்த பாரத மக்கள் அடுத்த தலைமுறையிலாவது அந்த உரிமையை நிலை நாட்டுவார்கள். இலக்கியத்துக்கு ஒரு நீதிமன்றம் உள்ளது என்றால் இப்புவியில் இதுவரை பிறந்த கவிஞர்களில் வியாசனே முதன்மை யானவரென்று அது தீர்மானிக்கவே செய்யும்' என்கிறார்.

தன் முன்னுரையில் வெட்டம் மாணி புராணங்களின் முக்கியத்துவத்தை விரிவாகவே விளக்குகிறார். 'இந்தியாவில் உள்ள இலக்கியநூல்களில் எல்லாமே புராணத்தின் செய்திகளே பல்வேறுவகைகளில் படிமங் களாகவும் உருவகங்களாகவும் மறு ஆக்கங்களாகவும் இடம் பெற்றுள்ளன. இந்தியாவின் செவ்வியல்கலைகள் மட்டுமல்ல நாட்டுப் புறக் கலைகள்கூட புராண இதிஹாசங்களை அடிப்படையாகக்

கொண்டவையே. நவீன இலக்கியங்களில்கூட முக்கியமான ஆக்கங்களில் இதிகாச, புராணக் கதைகளின் நேரடியான பாதிப்பைக் காணலாம். ஆகவே ஏதாவது ஒரு வகையில் இலக்கியத்தில் செயல் படும் ஒவ்வொருவருக்கும் புராண இதிகாசப் பயிற்சி இன்றிய மையாதது' என்கிறார் வெட்டம் மாணி.

1955ல் இந்நூலை எழுத ஆரம்பித்ததாகச் சொல்லும் வெட்டம் மாணி இதிலுள்ள தலைப்புகளை உருவாக்கிமுடிக்கவே இரண்டுவருடம் ஆயிற்று என்கிறார். பின்னர் ஏழுவருட உழைப்பினால் நூலை எழுதி முடித்து வெளியிட்டார். ஏராளமான மூலநூல்களையும் சுவடிகளையும் இதற்காகப் படிக்கவேண்டியிருந்தது. ஒரு புராண கதாபாத்திரத்தின் வம்சாவளியை முழுமைசெய்ய குறைந்தது பத்து நூல்களை ஆராய வேண்டியிருந்தது என்கிறார். இந்நூல் உண்மையில் இந்திய இலக்கியத்தின் படைப்புமொழியைப் புரிந்துகொள்வதற்கான ஒரு அகராதி என்றுகூடச் சொல்லலாம்.

சதுரங்க ஆட்டத்தில்

'டே நீ சி.வியை வாசிச்சிருக்கியா?' என்றார் பாலசந்திரன் சுள்ளிக்காடு. 'ஆமாம்' என்றேன். 'என்ன வாசிச்சே?' நான் யோசித்து 'எல்லாம் ஹிஸ்டாரிகல் ரொமான்ஸ். அதெல்லாம் லிட்டரேச்சர் இல்லை' என்றேன். அப்போது நான் சுந்தர ராமசாமியின் ஞானப்பிடியில் அடங்கி இருந்த காலம். யோசித்து யோசித்து, பூடகமாக எழுதப்படும் நவீனத்துவ யதார்த்த எழுத்து அல்லாமல் எதுவுமே இலக்கியமல்ல என்ற நம்பிக்கை என்னுள் நடப்பட்டு ஓயாமல் நீரூற்றப்பட்டுக்கொண்டிருந்தது.

'போடா மயிரே... நீ கண்டே பெரிசா...' என்றார் பாலசந்திரன். சி.வி.ராமன்பிள்ளையின் தர்மராஜா என்ற நாவலில் இருந்து ஒரு பக்கத்தை முழுக்க கடகடவென்று ஒப்பித்தார். ஹரிபஞ்சானனன் என்ற உக்கிரமான எதிர்மறைக் கதாபாத்திரம் தர்மராஜா என்ற மூலம்திருநாள் மகாராஜாவுக்கு எதிராக செய்த சதிகளெல்லாம் முறியடிக்கப்பட்டபின் தன் வாழ்க்கைநோக்கமே இல்லாமலாகிவிட்டது என்று உணர்ந்து இருளில் இறங்கி ஓடும்போது சொல்லும் வசனங்கள். 'இருளா விழுங்கு, விழுங்கு இவனை' என்று ஆரம்பிக்கும் அந்த வசனங்கள் ஒரு ஷேக்ஸ்பியர் துன்பியல் நாடகத்தில் வரவேண்டியவை.

நான் 'இது நாடகம் போலிருக்கிறது. நாவல் என்றால் யதார்த்தமாக இருக்க வேண்டும்' என்று சொன்னேன். 'யாருடைய யதார்த்தம்?' என்றார் பலசந்திரன் சுள்ளிக்காடு. 'இன்றைக்கு இருக்கிற யதார்த்தம் நாளைக்கு இல்லை. நேற்றிருந்த யதார்த்தம் என்ன என்றே நமக்கு தெரியாது. எந்த யதார்த்தத்தை நம்பி எழுத்தாளன் எழுதவேண்டும்? யதார்த்தங்கள் மாறிக்கொண்டே இருக்கும். இலக்கியப்படைப்பு

மாறாது. டேய், சி.வி.ராமன்பிள்ளை காலத்தில் இருந்த ஒரு கல் கூட இன்றைக்கு கிடையாது. அவரது சொல் நின்றுகொண்டிருக்கிறது.'

நான் வாயடைந்து போய்விட்டேன். 'டேய், இலக்கியப்படைப்புக்கு ஒரே ஒரு யதார்த்தம் மட்டும்தான். அந்த படைப்பு அதற்குள் உருவாக்கி அளிக்கும் யதார்த்தம். வேறு எந்த யதார்த்தத்தை வைத்தும் அதை அளக்க முடியாது. டேய் மயிரே, நீ சின்ன பையன்... நீ என்னத்துக்கு கண்டகண்ட தமிழ்பட்டர்கள் சொல்லுவதையெல்லாம் கேட்டு சீரழிகிறாய்? ஒன்றுமில்லையென்றாலும் நீ ஒரு நல்ல நாயரல்லவா? நமக்கு நம்முடைய ஞானமும் திறமையும் இல்லையா? டேய், சி.வி.ராமன்பிள்ளையின் மார்த்தாண்ட வர்மா நாவலில் உள்ள யதார்த்தத்தை வைத்துக்கொண்டு தர்மராஜாவை அளக்க முடியாது தெரியுமா?'

நான் ஒன்றும் சொல்லவில்லை. பாலசந்திரன் இன்னும் ஒரு சி.வி.ராமன்பிள்ளை வசனத்தைச் சொன்னார். சமஸ்கிருதத்தின் முழக்க மிடும் சொற்களும் புராதன மலையாளச் சொற்களும் கூடி முயங்கி உருவாகும் அதிநாடகத்தன்மை. கரும்பாறைக்கூட்டங்கள் போல கண்ணெட்டும் தூரம் வரைக்கும் விரிந்து கிடக்கும் சொல்வெளி. 'டேய், நல்ல எழுத்தாளன் எழுத வேண்டியது வாழ்க்கையை. வாழ்க்கையின் உச்சமாக அபூர்வமான தருணங்களில் எழுந்துவரக்கூடிய அற்புதமான தருணங்களை. ஒரு எழுத்தாளன் அதை நுட்பமாக எழுதி வைப்பான். ஒருவன் கொந்தளித்து குமுறுவான். அதெல்லாம் அந்தந்த படைப்பாளியின் இயல்பு. ஒன்று சரி, இன்னொன்று தப்பு என்று எவனால் சொல்ல முடியும்? ஆனால் ஒருவன் அந்த அற்புதக்கணத்தைத் தொட்டுவிட்டான் என்றால் அது அவனுடைய படைப்பில் தெரியும்.'

பாலசந்திரன் தொடர்ந்தார். 'சி.வி.ராமன்பிள்ளை கதகளி கண்டு வளர்ந்த கலைஞன். கதகளியின் உக்கிரமான நாடகத்தன்மைதான் அவரது கலையிலும் இருக்கிறது. சிவியின் நாவல்களில் பழிவாங்கும் குரோதம், மகத்தான தியாகம், பேரன்பு, வரலாற்றால் உருவாக்கப் படக்கூடிய மாற்று இல்லாத துக்கம் என்று எத்தனை அடிப்படை மானுட உணர்ச்சிகள் கொந்தளிக்கின்றன. அதெல்லாம்தான் எழுத்தாளன் எழுத வேண்டிய விஷயங்கள். அதல்லாமல் துரைகள் என்ன எழுதியிருக்கிறார்கள் என்று நாகர்கோயிலில் இருந்துகொண்டு நெற்றி மீது கையை வைத்து பார்க்கிறதல்ல இலக்கியம். போய் சொல்லு உன் பட்டரிடம்.'

ஆகவே சுந்தர ராமசாமியிடம் வந்து சொன்னேன். அவர் ஒரே சொல்லில் நிராகரித்துவிட்டார். 'ஹிஸ்டாரிகல் நாவல் எல்லாம்

லிடரேச்சரே கெடையாது.' நான் 'அப்ப வார் அண்ட் பீஸ்?' என்றேன். 'அது அப்ப உள்ள யதார்த்தம். இன்னைக்கு அதிலே பெரும்பகுதிக்கு வேல்யூவே கெடையாது.' ஆனால் அவர் சி.வி.ராமன்பிள்ளையின் மார்த்தாண்டவர்மாவைத்தவிர எதையும் வாசிக்கவில்லை என்றும் சொன்னார். நான் அதனால் சற்று குழப்பம் அடைந்தேன். நான் இன்னொருமுறை அவரது நாவல்களை வாசிக்க வேண்டும் என்று முடிவுசெய்தேன். அந்த முடிவு வழியாக சுந்தர ராமசாமியைவிட்டு நிரந்தரமாக விலக ஆரம்பித்தேன்.

சி.வி.ராமன்பிள்ளையின் நாவல்கள் வால்டர் ஸ்காட்டின் நாவல்களை முன்னுதாரணமாகக் கொண்டவை. அவற்றை வடிவ ரீதியாக வரலாற்று உணர்ச்சிக்கதைகள் என்றுதான் வகைப்படுத்த வேண்டும். மார்த்தாண்ட வர்மா, தர்மராஜா, ராம ராஜா பகதூர் ஆகிய மூன்று நாவல்களும் அவரது முக்கியமான ஆக்கங்கள். அவை மூன்றுமே திருவிதாங்கூர் வரலாற்றைச் சித்தரிப்பவை. 1730ல் திருவிதாங்கூரில் ஆட்சிக்கு வந்து அதை வலுவான நாடாக ஆக்கிய மன்னர் மார்த்தாண்ட வர்மா அவரைக் கொன்று ஆட்சியைக் கைப்பற்ற முயன்ற எட்டுவீட்டுப்பிள்ளைமார் என்ற பிரபுகுலத்தை வென்று ஆட்சியைக் கைப்பற்றிய வரலாற்றை முதல் நாவல் சொல்கிறது. அது எளிமையான ஒரு சாகஸ நாவல் மட்டும்தான்.

வெற்றி பெற்ற மார்த்தாண்ட வர்மா மகாராஜா அந்த பிரபுகுலக் கட்டு மானத்தையே ஒழிக்க எண்ணினார். அது அரசியல் ரீதியாக ஒரு நல்ல முடிவுதான். ஆனால் அது ஒரு பெரும் மானுட அழிவு. வேரூன்றிய பழைய குடும்பங்கள் பூண்டோடு அழிக்கப்பட்டன. ஆண்கள் அனைவரும் கொல்லப்பட்டார்கள். முதியவர் முதல் கைக்குழந்தை வரை. பெண்கள் அனைவரும் பிடித்து கடற்கரையில் கொண்டுபோய் மீனவர்களுக்குப் பரிசளிக்கப்பட்டார்கள். 'துறையேற்றம்' என்று சொல்லப்படும் இந்த தண்டனை 1934 ல் குளச்சல் கடலோரத்தில் நடந்தது. இவ்வாறு வேருடன் பிடுங்கப்பட்ட வம்சங்களில் எஞ்சிய பழிவாங்கும் ஆவேசம் மீண்டும் மீண்டும் திருவிதாங்கூரைத் தாக்கு வதை பிற இருநாவல்களும் காட்டுகின்றன.

பிந்தைய இரு நாவல்களும் செவ்வியல் ஆக்கங்கள் என்ற தகுதியைப் பெறுவதற்கான காரணம் அவற்றில் உள்ள எதிர்கதாபாத்திரங்கள்தான். மானுட அளவைவிடப் பிரம்மாண்டமான ஆளுமை கொண்ட அசுர கதாபாத்திரங்கள் அவை. தீமையின் வலிமையை, ஏன் கம்பீரத்தை, சி.வி.ராமன்பிள்ளை அக்கதாபாத்திரங்கள் வழியாக சித்தரிக்கிறார். கதகளியில் ராமனும் கிருஷ்ணனும் சின்ன கதாபாத்திரங்கள். துரியோ தனனும் ராவணனும் நரகாசுரனும் எல்லாம்தான் மையக்கதா பாத்திரங்கள். கதகளி அந்த எதிர்நாயகர்களின் வீழ்ச்சியின் கதையைச் சொல்லும் அவலநாடக வடிவம். சி.வி.ராமன்பிள்ளை நாவல்களும்

அப்படியே. ஹரிபஞ்சானனின் குணசித்திரத்தில் மானுட இயல்புகளை விட ராட்சத இயல்புகளே மேலோங்கியிருக்கின்றன.

அந்த உக்கிர மனநிலைகளைச் சொல்வதற்கான தனித்த மொழிநடையை சி.வி.ராமன்பிள்ளை உருவாக்கிக்கொண்டார். செண்டைமேளம் போல முழங்கும் மொழிநடை அது. வர்ணனைகளின் கம்பீரமான தோரணையில் உள்ளது சி.வி.ராமன்பிள்ளையின் கலை. குணசித்திரங்களையும் அவர்களின் அக ஓட்டங்களையும் ஆசிரியர் கூற்றாக ஆவேசமான மொழிநடையில் சொல்லிச் சொல்லிச்செல்லும் சி.வி.ராமன்பிள்ளை நாவல்கள் அசாதாரணமான ஒரு வாழ்க்கைத்தரிசனத்தை அளிப்பவை. பெரும் காவிய அனுபவத்தின் சாயல் கொண்டவை. அவை மனித வாழ்க்கையை சி.வி.ராமன்பிள்ளையே உருவாக்கிக்கொண்ட ஒரு தனி யதார்த்தத்துக்குக் கொண்டு சென்று நிறுத்தி ஆராய்கின்றன. நல்லியல்பு களை விட தீய இயல்புகள் பல மடங்கு ஆற்றல் கொண்டவை என்று அவை காட்டுகின்றன. ஆனால் மண்ணில் தியாகத்தை வெல்ல எந்த சக்தியாலும் முடியாதென அவை நிறுவுகின்றன.

1858ல் ஒரு நடுத்தர நாயர் குடும்பத்தில் பிறந்தவர் சி.வி.ராமன்பிள்ளை. அரண்மனையில் உயர்பதவியில் இருந்த ஒருவர் சி.வி.ராமன் பிள்ளையின் உண்மையான தந்தை என்றும் அவரது உதவியால் சி.வி.ராமன்பிள்ளை அன்றைய சூழலில் கிடைக்கச்சாத்தியமான உயர்கல்வியை அடைய முடிந்தது என்றும் சொல்லப்படுகிறது. சமஸ்கிருதமும் ஆங்கிலமும் ஓரளவு ஆயுர்வேதமும் சி.வி.ராமன் பிள்ளை கற்றார். அரண்மனையுடன் நெருக்கமான உறவிருந்ததனால் திருவிதாங்கூர் வரலாறு அவருக்கு நூல்கள் வழியாகவும் செவி வழியாகவும் கிடைத்தது.

ரோஸ் என்ற பெயருள்ள வெள்ளைய பள்ளி ஆசிரியரால் சி.வி.ராமன் பிள்ளை மிகவும் கவரப்பட்டார். அவரிடமிருந்து வால்டர் ஸ்காட் நாவல்களை அறிமுகம் செய்துகொண்டார். பின்னாளில் வீடுகட்டிய போது அதற்கு ரோஸ் கோர்ட் என்றே பெயரிட்டார். சில நாடகங்களை எழுதியபின்னர் ஸ்காட்டை முன்னுதாரணமாகக் கொண்டு 1880 ல் தன் முதல் நாவலான ‘மார்த்தாண்ட வர்மா’ வை எழுதினார். 1885ல் தான் அது அச்சிலேறியது. இன்றும் கேரளத்தில் மிகவும் விரும்பிப் படிக்கப் படும் நூல் அது.

ஆனால் அதன்பின் இருபது வருடம் அன்று உருவாகிவந்த அரசியல் செயல்பாடுகளில் தீவிரமாக ஈடுபடலானார். அக்காலத்தில் திருவி தாங்கூர் அரசு பிராமணர்களின் பிடியில் இருந்தது. திவான், பேஷ்கார் உட்பட எல்லா பதவிகளையும் அய்யர்களும் ராவ்களுமே வகித்தார்கள். ஐம்பது வருடம் முன்பு கடைசி நாயர் திவானாக இருந்த வேலுத்தம்பி

தளவாய் திருவிதாங்கூரை கப்பம் பெற்று மேலிருந்து ஆட்சி செய்த வெள்ளையருக்கு எதிராக சுதந்திரப் பிரகடனம்செய்து கிளர்ந்தெழுந்து பெரிய அழிவை உருவாக்கினார். அந்தக்கிளர்ச்சியை அடக்கி அவரைக் கொன்ற பின்னர் மீண்டும் நாயர்கள் பதவிக்கு வருவதை வெள்ளையர் விரும்பவில்லை.

அனைத்துத் துறைகளிலும் நாயர்கள் அடக்கி வைக்கப்பட்டு பிராமணர் முன்னிறுத்தப்பட்டார்கள். கேரளம் முழுக்க நாயர்களிடையே ஒரு பெரிய அதிருப்தி உருவாகி மெல்ல வளர்ந்தது. 'மலையாளி மெம்மோரியல்' என்று பிற்பாடு அழைக்கப்பட்ட ஒரு அரசியலியக்கம் நாயர்களுக்கு அரச பதவிகளில் உரிய இடம் பெற்றுத்தருவதற்காக தொடங்கி நடத்தப்பட்டது. மகாராஜாவுக்கு கூட்டுமனு கொடுப்பதாக தொடங்கிய இவ்வியக்கம் பின்னர் பெரிய ஒரு அமைப்பாக ஆகியது. இவ்வியக்கம் தென்னிந்தியாவில் பிராமணரல்லாதார் இயக்கம் உருவா வதற்கான அடிப்படைகளில் ஒன்று. பின்னர் ஜஸ்டிஸ் கட்சி உருவாவதிலும் நாயர்கள் முக்கியபங்காற்றினார்கள். நாயர் சர்வீஸ் சொசைட்டி என்ற அமைப்பு பிற்பாடு உருவாவதற்கும் இந்தக்கிளர்ச்சி காரணமாகியது. இதில் சி.வி.ராமன்பிள்ளை பெரும் பங்காற்றினார்.

இக்காலத்தில் சி.வி.ராமன்பிள்ளை இலக்கியத்தை விட்டு விலகிச் சென்றார். சி.வி.ராமன்பிள்ளை இருபதாண்டுக்காலம் எதுவுமே எழுத வில்லை. மார்த்தாண்ட வர்மா மூலம் கிடைத்த புகழ் மெல்ல மெல்ல இல்லாமலாயிற்று. மார்த்தாண்ட வர்மா நாவலையே அவர் எழுத வில்லை என்ற அவதூறும் உருவாயிற்று. ஆனால் முதுமைக்காலத்தில் அரசியலில் நம்பிக்கை இழந்த சி.வி.ராமன்பிள்ளை தொடர்ச்சியாக எழுத ஆரம்பித்தார். 1913 ல் அவர் தான் வகித்துவந்த அரசுப்பதவியை ஒரு மனக்கசப்பில் ராஜினாமா செய்தார். அதன்பின்னரே அவரது முக்கியமான நாவலாகிய தர்மராஜா எழுதப்பட்டது. 1918ல் அவரது மிகச்சிறந்த ஆக்கமென்று கருதப்படும் ராமராஜாபகதூர் வெளிவந்தது. 1922 மார்ச் மாதம் 1 ஆம் தேதி சி.வி.ராமன்பிள்ளை மரணமடைந்தார்.

பி.கே.பரமேஸ்வரன் நாயர் எழுதிய 'சி.வி.ராமன்பிள்ளை' என்ற வாழ்க்கை வரலாற்றை படித்தபோதுதான் சி.வி.ராமன்பிள்ளையின் கலையின் சிறப்பியல்பு எனக்குப் புரிந்தது. அப்போது நான் சுந்தர ராமசாமியிடம் விவாதிக்க ஆரம்பித்திருந்தேன். 'எல்லாமே அவர்ட்ட ஜாஸ்தி கலரா இருக்கு' என்று சொன்ன சுந்தர ராமசாமியிடம் நான் சொன்னேன் 'அது உங்க ஸ்கேல் சார். உங்க வாழ்க்கையிலே கலரே இல்லை. மிக மிகச்சாதாரணமான ஒரு மிடில் கிளாஸ் பிராமண வாழ்க்கை உங்களுக்கு. அதை வைச்சுக்கிட்டு நீங்க மத்த வாழ்க்கைகளைப் பார்க்கிறீங்க. சிவியோட வாழ்க்கை அவரோட நாவல்களை மாதிரியே கலர்புல் ஆனது'

சி.வி.ராமன்பிள்ளை வாள்சண்டையும் கம்புச்சண்டையும் தெரிந்தவர். அரசுப்பணியில் திருவிதாங்கூர் முழுக்க அலைந்தவர். குதிரை மீது ஏறி திருடர்களை துரத்தியிருக்கிறார். ஊழல்களை விசாரித்து தண்டனை கொடுத்திருக்கிறார். ஒரு வரலாற்று அரசியல் இயக்கத்தை முன்னணியில் நின்று நடத்தியிருக்கிறார். அதிகாரத்துக்கான சதிகள், மாற்றுச்சதிகளில் இருபதாண்டுக்காலம் ஈடுபட்டிருக்கிறார்.

பி.கே.பரமேஸ்வரன் நாயர் எழுதிய வாழ்க்கை வரலாற்றில் ஒரு நிகழ்ச்சி. இளைஞனாகிய சி.வி.ராமன்பிள்ளை ஆலப்புழை காயல் வழியாக படகில் வந்துகொண்டிருக்கிறார். 1883 ல் அவர் சிறிய அரசு வேலையில் இருந்தார். பெரிய குலச்சிறப்பும் இல்லை. காயலில் படகில் வந்து சரக்குத்தோணிகளைக் கொள்ளையடிக்கும் கும்பலை கண்காணிக்கும் வேலை. மத்தியான நேரம். மிக மிகக் கடுமையான பசி. காயலருகே ஒரு பெரிய நாயர் தறவாட்டு வீட்டைக் கண்டதும் படகை அங்கே கொண்டுசெல்லச் சென்றார். அக்காலத்தில் ஆலப்புழா பகுதிகளில் போக்குவரத்து என்பதே படகுகள் வழியாகத்தான். ஆகவே இன்று வீடுகள் சாலையை நோக்கிக் கட்டப்பட்டிருப்பதுபோல அன்று காயலை நோக்கிக் கட்டப்பட்டிருக்கும். வீட்டுமுன் பெரிய படித்துறை இருக்கும்.

படித்துறையில் இறங்கி மேலே சென்றபோது அங்கே எதிரில் வந்த மூத்த நாயரிடம் 'நான் அரண்மனை சேவகன், எனக்கு கொஞ்சம் சாப்பாடு கிடைக்குமா?' என்று கேட்டார். அவர் அலட்சியமாக 'பின்பக்கம் ஊட்டுபுரைக்குப் போ' என்று கையைக் காட்டினார். சி.வி.ராமன்பிள்ளை மனம் புண்பட்டார். திரும்பிவிடலாம் என்று யோசித்து தயங்கியபோது ஓர் பேரழகி அவர் எதிரில் வந்தாள். அந்த நாயரின் மூத்த மகள். 'ஏன் திரும்புகிறீர்கள்? வாருங்கள், சாப்பிட்டு விட்டுச் செல்லலாம்' என்று சொல்லி அழகிய சிரிப்புடன் அவரை கட்டாயப்படுத்தி உள்ளே கூட்டிச்சென்றாள்.

சி.வி.ராமன்பிள்ளை சாப்பிட்டு ஓய்வெடுக்கும்போதெல்லாம் அவளையே பார்த்துக்கொண்டிருந்தார். கிட்டத்தட்ட ஒரு ராஜகுமாரி. அவளைவிட்டு கண்களையும் மனத்தையும் விலக்க முடியவில்லை. சாப்பிட்டுவிட்டு கிளம்பிச்செல்லும்போது பித்து எடுத்த நிலையில் இருந்தார். ஆனால் அவர் ஒருசாதாரண சேவகன். அந்த தறவாட்டு வீட்டு பூமுகக்கட்டடத்தில் நுழையும் அருகதைகூட இல்லாதவர். ஆகவே அந்தக்கனவை அவர் தன் நெஞ்சுக்குள்ளேயே வைத்துக்கொண்டார்.

மூன்று வருடம் கழித்து மார்த்தாண்ட வர்மா வெளிவந்தது. பெரும் புகழும் நல்ல பதவியும் தேடி வந்தன. திருமண ஆலோசனைகள் வந்தன. அதில் ஒன்று ஆலப்புழா பகுதியில் இருந்து. தன்னுள் இருந்த கனவு உயிர்பெறக்கண்டார். ஆலப்புழாவுக்கு பெண் பார்க்கச்சென்று

இறங்கியபோது தெரிந்தது, அதே வீடு. மனம் முரசு போல் அதிர்ந்தது. நிற்க முடியாமல் கால்கள் குழைந்தன. அந்தப்பெண்ணா? விதி சூதாடுகிறதா?

ஆனால் அவள் ஏற்கனவே மணமாகிச் சென்றுவிட்டிருந்தாள். அவள் பெயர் ஜானகியம்மா. அவளுடைய தங்கை பாகீரதியம்மாவைத்தான் சி.வி.ராமன்பிள்ளை பெண் பார்க்க வந்திருந்தார். அழகில் ஒருபடி குறைந்தவள். ஆனாலும் அந்த வீட்டுடன் ஒரு உறவென்பது சி.வி.ராமன்பிள்ளையின் கனவு. திருமணம் நடந்தது. ஜானகியம் மாவை அப்போது சி.வி.ராமன்பிள்ளை மீண்டும் பார்த்தார். அரசகுலத்த வரும் பிரபல ஓவியருமான R.ராஜராஜவர்மாவின் மனைவியாக இருந்தாள் அவள். அவளுடைய பேரழகு மேலும் முழுமை அடைந் திருந்தது. ஜானகியம்மா தன்னுடைய மிகச்சிறந்த வாசகி என்பதை சி.வி.ராமன்பிள்ளை கண்டார்.

பாகீரதியம்மாவை மணந்த சி.வி.ராமன்பிள்ளை திருவனந்தபுரத்தில் ஒரு வீடு கட்டி அதில் வாழலானார். அவருக்கு ஆறு குழந்தைகள் பிறந்தன. கடைசிக்குழந்தை பிறந்ததுமே பாகீரதியம்மா நோயாளியாகி படுக்கையில் விழுந்தாள். கடைசிக்குழந்தையின் பெயர் மகேஸ் வரியம்மா. அவள் பின்னர் பிரபல மலையாள எழுத்தாளரான இ.வி.கிருஷ்ணபிள்ளையை மணம்புரிந்துகொண்டாள். அவளுக்குப் பிறந்த மகன் பெரிய நகைச்சுவை நடிகர் ஆனார். அடூர் பாஸி.

நோயில் கிடந்த பாகீரதியம்மாவை சி.வியால் கவனிக்க முடிய வில்லை. மலையாளி மெமோரியல் உச்சத்தில் இருந்த காலம். அப்போது R.ராஜராஜவர்மா மரணமடைந்திருந்தார். ஆலப்புழை வீட்டில் இருந்த விதவையான ஜானகியம்மா தங்கையின் உடல் நிலையை கவனிக்க வந்து சேர்ந்தார். அவருக்கு குழந்தைகள் இல்லை. சி.வி.ராமன்பிள்ளையின் வீட்டிலேயே தங்கி குழந்தைகளையும் தங்கையையும் அவர் கவனித்துக்கொண்டார்.

சி.வி.ராமன்பிள்ளை தன் மனதில் உள்ள ஆசையை ஒருபோதும் வெளிக்காட்டவில்லை. அவர் அதிகமாகப் பேசக்கூடியவர் அல்ல. கோபமும் மூர்க்கமும் கொண்ட படைவீரரின் மனநிலை உடையவர். பிறரிடம் உணர்ச்சிகளைக் காட்டுவதே இல்லை. அதிலும் ஜானகியம்மா மீதுள்ள காதலை மனைவி அறியாமல் முற்றிலுமாக மறைத்திருந்தார். நோய் முற்றி பாகீரதியம்மா மறைந்தார்.

ஆறுகுழந்தைகளுடன் சி.வி.ராமன்பிள்ளை தனியரானார். ஒரு மாதம் 'புலைதீட்டு' கழியும் வரை ஜானகியம்மா கூடவே இருந்தார். ஒருநாள் அவர் தன் பெட்டியுடன் கிளம்பினார். சி.வி.ராமன்பிள்ளை அப்போது வாசல் திண்ணையில் இருந்தார். அவரைக் கடந்து சென்ற ஜானகியம்மா 'நான் கிளம்புகிறேன். எல்லாவற்றையும் வேலைக்காரியிடம் சொல்லி

யிருக்கிறேன்' என்றார். சி.வி.ராமன்பிள்ளை பேசாமல் வெற்றிலை மென்ற படி தலை குனிந்து அமர்ந்திருந்தார். ஜானகி அம்மா கடைசிப்படி இறங்கும் போது சட்டென்று உடைந்த குரலில் சி.வி.ராமன்பிள்ளை 'எனக்கும் என் பிள்ளைகளுக்கும் இனி யார் இருக்கிறார்கள்?' என்று கேட்டார்.

கண்ணீருடன் நின்ற ஜானகியம்மா 'அதனால் நான் இங்கே நிற்க முடியுமா? இனி எனக்கு இங்கே என்ன உறவு?' என்றார். 'என்பிள்ளை களுக்கு அம்மாவாக இருந்து கொள்' என்றார் சி.வி.ராமன்பிள்ளை. ஜானகி அம்மா கண்ணீருடன் வந்து சி.வி.ராமன்பிள்ளையின் கைகளைப் பிடித்துக்கொண்டாள். அவளை அவர் மறுமணம் புரிந்துகொண்டார்.

ஆலப்புழை வீட்டில் படகில்வந்த நாள் முதல் சி.வி.ராமன்பிள்ளைவின் மீது மாளாத மானசீகக் காதல் கொண்டிருந்தார் ஜானகியம்மா. அது பாகீரதியம்மாவுக்கு அப்போதே நன்றாகத்தெரியும். ஆனால் வேறு வழியில்லாமல் ஸி. ராஜராஜவர்மாவை மணக்க நேர்ந்தது. பாகீரதியை மணக்க சி.வி.ராமன்பிள்ளை வந்தபோது பாகீரதி தயங்கினார். அக்காவின் கட்டாயத்தால்தான் மணக்கச் சம்மதித்தார். நோயுற்று மரணப்படுக்கையில் இருந்த பாகீரதி தனக்குப்பின் தன் கணவனை அக்காவே மறுமணம் புரிந்துகொள்ள வேண்டுமென கோரியிருந்தார்.

ஆனால் அவர்கள் ஒருசொல்கூட பேசிக்கொள்ளவில்லை. கிட்டத்தட்ட பதினைந்து வருடம் அந்தக் காதல் இருவர் உள்ளத்திலும் ஆழத்தில் புதைந்துகிடந்து கனல் போல நீறி நீறிச் சுடர்விட்டுக்கொண்டிருந்தது. விதியின் சதுரங்கத்தில் அவர்கள் இணைந்தார்கள்.

ஆச்சரியமான விஷயம் இன்னும் ஒன்று உண்டு. ஜானகியின் மீது கொண்ட காதல் தன்னுள் எரிந்துகொண்டிருந்தபோதுதான் சி.வி.ராமன் பிள்ளை மார்த்தாண்ட வர்மாவை எழுதினார். அவளை இழந்தபின் பின்னர் இருபதாண்டுக்காலம் அவர் எழுத்தாளராகவே இல்லை. மீண்டும் ஜானகியை அடைந்தபின் பெரும் ஆவேசத்துடன் மீண்டும் இலக்கிய உலகுக்கு வந்து தன் சிறந்த படைப்புகளை உருவாக்கினார். அந்தக் காதல்தான் அவரது படைப்பூக்கத்தின் விசையா?

அவர் தர்மராஜாவையும் ராமராஜாபகதூரையும் எழுத வேண்டுமென்று எண்ணிய ஒரு சக்தி அவரை கவனித்துக்கொண்டிருந்ததா? இருபது வருடம் அது அவரை சோதனைசெய்து பார்த்துவிட்டு ஜானகியை அவரிடம் ஒப்படைத்ததா?

எத்தனை விசித்திரமான வாழ்க்கைச் சந்தர்ப்பங்கள்! இதில் பாதி சுந்தர ராமசாமிக்கு வாய்த்திருந்தால் அவர் எழுதிய நாவல்கள் வேறு வகையாகத்தான் இருந்திருக்கும் என்று எண்ணுகிறேன்.

இறை விருப்பம்

கவிஞர் வயலார் ராமவர்மா குருவாயூர் கோயில் மேற்குவாசல்முன் நின்றுகொண்டிருந்தார். ஒரு சிகரெட் பற்றவைத்து இழுத்து புகைவிட்டு குருவாயூரப்பனைப் பார்த்து சிந்தனையில் ஆழ்ந்திருந்தார். அதைக்கண்டு காவலாள் ஓடிவந்தார். 'அய்யோ சார், இங்கே புகைபிடிக்கக் கூடாது... அபச்சாரம்... பாவம்'. வயலார் ராமவர்மா அமைதியாகச் சொன்னார் 'இது என் நேர்ச்சை... மேற்குவாசலில் நின்று இரண்டு சிகரெட் பிடிப்பேன் என்று வேண்டிக்கொண்டிருந்தேன்...'

வயலார் ராமவர்மாவின் குணம் அதில் உள்ளது. கவிஞன் என்ற நிலையில் எதற்கும் கட்டுப்படாத தன்மை. மீறிச்செல்லும் ஆணவம். கூடவே கணக்கு. உள்ளே சென்றிருக்கும் அம்மா திரும்பி வர எவ்வளவு நேரமாகும் என்று கணித்து இரண்டு சிகரெட் என்று சொல்கிறார்! அவரைப்பற்றி மலையாள இயக்குநர் பவித்ரன் சொன்னாராம் 'சிலர் தனியாக சீட்டுவிளையாடுவார்கள். சிலர் அதிலும் திருட்டு ஆட்டம் ஆடுவார்கள்!'

மலையாளத் திரைப்பாடல்களைக் கேட்டுப்பழகியவர்களுக்கு வயலார் ராமவர்மா என்ற பேர் நினைவில் இல்லாமல் இருக்காது. தமிழில் கண்ணதாசன் – எம்.எஸ்.விஸ்வநாதன் - டி.எம்.சௌந்தரராஜன் கூட்டு போல மலையாளத்தில் வயலார் ராமவர்மா - தேவராஜன்- கே.ஜே. ஜேசுதாஸ் ஜோடி மிகப்பிரபலமானது. அறுபது எழுபதுகளில் அவர்கள் மலையாளத்திரையிசையில் ஒரு பெரிய அலையாக எழுந்தார்கள். பெரும்பாலான மலையாளிகள் இளமைக்கால இனியநினைவாக மீட்டும் பாடல்கள் இவர்களால் உருவாக்கப்பட்டவையே. வயலார் எழுதிய (சலீல் சௌதுரி இசையில் மன்னாடே பாடிய) ஒரு பாடலையாவது தமிழர்கள் பாடியிருக்கிறார்கள் — மானஸ மைனே வரூ, மதுரம் நுள்ளி தரூ என்ற செம்மீன் படப்பாடல்.

வயலார் ராமவர்மா கண்ணதாசனின் நெருக்கமான நண்பர். இருவருக்கும் பொதுவான பல வாழ்க்கைக்கூறுகள் இருந்தன. மது மாது தட்டுகெட்ட வாழ்க்கை. இருவரும் சேர்ந்து மதுவருந்தும் மாதுக்களை கொண்டாடும் வழக்கமும் இருந்தது. ஆனால் கண்ணதாசனின் பாடலுக்கும் வயலார் ராமவர்மாவின் பாடலுக்கும் நிறைய வேறுபாடுகள் உண்டு. கண்ணதாசனிடம் ஒரு தத்துவார்த்தத் தன்மை உண்டு. அது அவரது பாடல்களுக்கு ஒரு செவ்வியல்தன்மையை அளித்தது. மாறாக வயலார் ராமவர்மா கற்பனாவாதத்தில் ஊறியவர்.

வயலார் ராமவர்மாவின் கவிதைகள் வைரங்களை செங்கற்களாக அடுக்கிக் கட்டி மேக விதானம் இடப்பட்ட மாளிகை போல மண்ணில் சற்றும் கால்பாவாத கற்பனாவாத எழுச்சிகள். காமமும் இயற்கை வருணனையும் கற்பனையின் பொன்னிலத்தில் ஒன்று கலந்தவை. பாடல் என்ற வடிவில் அவற்றுக்கு இருக்கும் கனவுத்தன்மையே பெரும் கவர்ச்சியாக ஆகிறது. அத்துடன் அழகிய சமஸ்கிருதச்சொற்கள் கலந்து கம்பீரமான ஒலியழகை அளிக்கின்றன.

நீலகிரியுடே சகிகளே ஜ்வாலாமுகிகளே
ஜோதிர்மயியாம் உஷஸினு
வெள்ளீச்சாமரம் வீசும் மேகங்ஙளே
சுப்ரபாதம் சுப்ரபாதம்!

(நீலமலையின் தோழிகளே, சுடர்முகத்தவர்களே!
ஒளிவடிவாம் புலரிமகளுக்கு
வெள்ளிச்சாமரம் வீசும் மேகங்களே!
நல்விடியல்! நல்விடியல்!)

என்று அவரது கவிதை கிட்டத்தட்ட சமஸ்கிருத சுலோகம்போலவே ஒலிக்கும். சலீல் சௌதுரி தவிர பிறர் அவரது வரிகளுக்குத்தான் இசையமைத்திருக்கிறார்கள். இசைக்குப் பாடல்கள் அமைக்கும்போது கூட

‘இவிடே காற்றினு சுகந்தம்?
இதிலே போயொரு வசந்தம்!
வசந்தத்தின் சுவர்ண தேரில் இருந்நதாரு?
வாஸர ஸ்வப்னத்தின் தோழிமாரு!

(இங்கே காற்றுக்கு நறுமணம்?
இவ்வழியாகச் சென்றதொரு வசந்தம்!
வசந்தத்தின் பொற்தேரில் இருந்தது யார்?
இளமைக்கனவின் தோழியர்!)

என்று சகஜமாக நகர்ந்தது அவரது கவிதை. காமத்தை பலசமயம் அத்துமீறிக்கூட அவர் எழுதியிருக்கிறார். அதை சமஸ்கிருதம் மறைத்து விடும். 'ஒவ்வொரு மாமிசமலரும் இதழ்விட்டு விழித்தெழும் இந்த இரவில்...', 'ஈர உடையணிந்து நீ பூஜைக்கு வருகையில் நீலக்கார் வண்ணனாக நிற்பேன் நான்' போன்ற வரிகளை சாதாரணமாக அவர் கவிதைகளில் காணலாம். நிலவு அவருக்கு பெரியதோர் படிமம். ஓடம், காயல், நிலவு மூன்றும் கலந்த ஒரு காட்சிச் சித்திரம் அவரது பல பாடல்களில் மீண்டும் மீண்டும் வருகிறது. 'எத்தனை கறந்தாலும் அகிடு வற்றாத ஒரு கருநீலப் பெரும்பசு' அவருடைய நிலாவானம்.

சமீபத்தில் வயலார் ராமவர்மாவின் மனைவி பாரதி தம்புராட்டி கணவரைப்பற்றி எழுதிய ஒரு சிறு நூலைப் படித்தேன். ('இந்திர தனுஸின் தீரத்து' - ஸைந்தவ புகஸ்) அவர் எழுத்தாளர் அல்ல. ஆகவே சும்மா எழுதிச்செல்கிறார். வர்ணனைகள் இல்லை. நுண்விவரிப்புகள் இல்லை. வெறும் தகவல்கள், நினைவுகள். வயலார் 1975ல் தன் 48 ஆவது வயதில் வயலார் ராமவர்மா மறைந்தார். மறைவில் இருந்து தொடங்குகின்றன நினைவுகள். சமீபத்தில் இத்தனை உள்சுழிகள் கொண்ட ஒரு வாழ்க்கை வரலாற்றை வாசிக்க நேர்ந்ததில்லை.

திப்புசுல்தான் வடகேரளத்தை ஆக்ரமித்தபோது உயிர்தப்பி தென் கேரளத்திற்கு குடிபெயர்ந்த பல அரசகுடும்பங்களில் ஒன்று வயலார் ராமவர்மாவின் குடும்பம். இவர்கள் ஆலப்புழா மாவட்டத்தில் சேர்த்தலை அருகே வயலார் என்ற கிராமத்தில் குடியேறினார்கள். ராகவப்பறம்பு என்பது குடும்பப்பெயர். மன்னர் கொடுத்த நிலபுலன்கள் இருந்தன.

அன்றைய வழக்கப்படி குடும்ப காரணவரான தாய்மாமனின் கட்டுப் பாட்டில் இருந்தன குடும்பமும் சொத்தும் அனைத்தும். வயலார் ராமவர்மாவின் அம்மா தன் அண்ணனை எதிர்த்துப் பேசத்தெரியாதவர். ஆகவே மொத்த சொத்தும் தாய்மாமாவால் ஆளப்பட்டது. பெரும் செல்வம் நடுவே கடுமையான வறுமையில் வாழ்ந்தார் அன்னை. திப்புசுல்தான் படையெடுப்புக்குப் பின்னர் அரசகுலப்பெண்கள் வெளியே நடமாடுவது முற்றிலும் தடைசெய்யப்பட்டிருந்தது. அவரைக் கல்யாணம் செய்தவர் ஒரு நம்பூதிரி. அவர் வருடத்தில் நாலைந்துமுறை மட்டுமே வந்துசெல்வார்.

வயலார் ராமவர்மாவுக்கு நான்குவயது நடக்கும்போது அவரது அப்பா இறந்தும்போனார். விதவையான அம்மா தன் மகனை பிரளயத்தில் கிடைத்த தெப்பத்தை அணைத்துக்கொள்வது போல பிடித்துக்கொண்டு வாழ்ந்தார். அவருக்கு மகனைத்தவிர வெளியுலகமே இல்லை. தாய்மாமன் தன் மைந்தர்களை ஆங்கிலக்கல்வி கற்க அனுப்பியபோது

ராமவர்மாவை செலவில்லாத சமஸ்கிருதக் கல்வி கற்க அனுப்பினார். அரசகுல வாரிசான அன்னை இரவுபகலாக தென்னை ஓலைக்கீற்றுகள் முடைந்து பணம் சேர்த்து மகனை ஆங்கிலம் கற்க அனுப்பினார்!

இருபது வயதிலேயே கவிஞராக அறிமுகம் ஆனார் வயலார் ராமவர்மா. கேரளத்தில் வயலார் ஒரு முக்கியமான இடம். அங்குள்ள புன்னப்றா-வயலார் கிராமங்களில் விவசாயிகள் நில உடைமையாளர்களுக்கு எதிராக அணிதிரண்டார்கள். கலவரம் வெடித்து பலர் கொல்லப்பட்டார்கள். ராமவர்மாவும் அந்தப் போராட்டத்தால் உணர்ச்சிகொண்டு கம்யூனிஸ்டுக் கட்சியில் சேர்ந்தார். கம்யூனிஸ்டுக் கவிஞராகவே அவர் அறிமுகமானார். அன்று கம்யூனிஸ்டுக் கட்சி நாடகங்கள் மூலம் கிராமப்புறங்களில் கருத்தியல் ரீதியாக பரவி வந்தது. அதில் பெரும் பங்காற்றியது கே.பி.ஏ.ஸி என்ற நாடகக்குழு. அதை நடத்தியவர் தோப்பில் பாசி.

கே.பி.ஏஸியின் நாடகங்களுக்கு இசையமைத்தவர் தேவராஜன். அப்படித்தான் தேவராஜன், வயலார் ராமவர்மா கூட்டு உருவாகியது. அவர்கள் உருவாக்கி கே.பி.ஏஸி.ஜார்ஜ் பாடிய 'பலிகுடீரங்களே' என்ற பாடல் இன்றும் கேரள கம்யூனிஸ்டு இயக்கத்தின் தேசியகீதம் போன்றது. கே.பி.ஏ.ஸியின் நாடகப்பாடல்கள் இன்று கேரளப்பண் பாட்டின் அடிப்படையாக ஆகிவிட்டவை. பின்னர் கே.பி.ஏ.ஸி அப்படியே சினிமாவுக்குச் சென்றது. தோப்பில்பாசிதான் மலையாள திரைக்கதையாசிரியர்களில் முன்னோடி. தேவராஜன் வயலார் ராமவர்மா ஆகியோரும் திரையின் நட்சத்திரங்கள் ஆனார்கள். கே.பி.ஏ.ஸியின் பல நடிகர்கள் புகழ்பெற்றார்கள். கே.பி.ஏ.ஸி லலிதா அவர்களில் இன்றும் நடிப்பவர்.

வயலார் ராமவர்மாவுக்கும் அம்மாவுக்குமான உறவின் விசித்திரங்களை தொட்டுத்தொட்டுச் செல்கிறது பாரதியம்மாவின் குறிப்புகள். அம்மாவின் நிழலில் வளர்ந்தவர் வயலார். அம்மா சொல்லை ஒரு கணமேனும் தட்டமுடியவில்லை அவரால். அம்மாவுக்கு தன் மகனை எவரிடமும் பகிர்ந்துகொள்ள முடியவில்லை. சற்று கூட. வயலார் ராமவர்மா பிரபல மலையாள எழுத்தாளர் காரூர் நீலகண்ட பிள்ளையின் சகோதரியை மணக்க விரும்பினார். ஆனால் அம்மாவுக்கு ஒரு நாயர் பெண்ணை அவர் மணப்பது பிடிக்கவில்லை. ஆகவே அந்த எண்ணத்தையே உதறிவிட்டார்.

அம்மாவின் கூற்றுக்கு இணங்க பாரதியின் அக்காவைத்தான் முதலில் மணம் புரிந்தார் வயலார் ராமவர்மா. கிட்டத்தட்ட நான்குவருடங்கள் கழித்துத்தான் அம்மா தன் மகனுக்கு ஏன் குழந்தை பிறக்கவில்லை என்று யோசிக்க ஆரம்பித்தார். ஒவ்வொரு மாதமும் கடைசி நாளில் இரவில் பாத்திரங்களை எல்லாம் கழுவி வைத்துவிட்டுப் படுக்கப்

போகும்முன்பு தான் வீட்டு விலக்காகிவிட்டதாகச் சொல்வது பாரதியின் அக்காவின் வழக்கம். அதை சந்தேகப்பட்ட அம்மா அவளை மிரட்டிக்கேட்கும்போது உண்மை வெளியாகிறது. அவளுக்கு மாதவிலக்கே வருவதில்லை. அவளால் தாய்மை அடைய முடியாது.

மனைவியை ஆழமாக நேசித்த வயலார் ராமவர்மா தன் அம்மாவின் கட்டளைக்கு ஏற்ப அவளை விவாகரத்து செய்கிறார். அவள் அதற்குச் சம்மதிக்க மறுக்கிறாள். அழுகிறாள். ஆனால் கட்டாயப்படுத்தி சம்மதிக்க வைக்கிறார்கள். அவளை பிறந்தகத்துக்குக் கொண்டுவந்து விட்டுவிடுகிறார்கள். அங்கே உள்ளறைகளின் இருட்டில் வாழ்ந்து அவள் மறைந்தாள். பாரதியை வயலார் இரண்டாவதாக மணக்க வேண்டும் என்று அம்மா ஆணையிடுகிறாள். வயலார் ராமவர்மாவை எண்ணி காத்திருந்த காரூர் நீலகண்டபிள்ளையின் சகோதரி மீண்டும் திருமண ஆலோசனையுடன் வந்தபோதும் அம்மா சம்மதிக்கவில்லை.

பாரதியை வயலார் ராமவர்மா மணக்கிறார். பாரதிக்கு வயலார் ராமவர் மாவை அவ்வளவாகப் பிடிக்கவில்லை. ஆனால் வேறுவழியே இல்லை. வேறு ஒரு பெண் வயலார் ராமவர்மாவை மணந்தால் அவரை தன்னால் பார்க்கக்கூட முடியாது போய்விடுமே என்று அக்கா அழுது கொண்டு சொன்னதனால் பாரதி சம்மதிக்கிறாள். ஒரு முறை மூத்த மனைவியை ஒரு திருமண நிகழ்ச்சியில் பார்த்துவிட்டு வந்த வயலார் பாரதியிடம் அதைப்பற்றிச் சொல்லி கண்ணீர் வடிக்கிறார்.

அப்போது வயலார் ராமவர்மா திரையுலகில் உச்சத்தில் இருந்தார். எப்போதாவது வீட்டுக்கு வருவதோடு சரி. வந்தால் அம்மாவுடன் மட்டுமே பேசமுடியும். அவர் தன் மனைவியுடன் பேசுவது வெளியே செல்வது எதுவுமே அம்மாவுக்குப் பிடிக்காது. பாரதி வயலார் ராமவர் மாவுக்கு சமைத்துப்போடக்கூட அம்மா சம்மதிப்பதில்லை. கடிதங்கள் கூட வயலார் ராமவர்மா அம்மாவுக்குத்தான் எழுதினார். பெயர்கூட எழுதமாட்டார். 'அம்மா, ராகவப்பறம்பு, வயலார், சேர்த்தலா' என்று தான் விலாசம் எழுதுவார். தொலைபேசியில் தினமும் அம்மாவிடம் பேசுவார் வயலார் ராமவர்மா, ஒருமுறைகூட மனைவியிடம் பேசியதில்லை.

சமையலறையிலேயே வாழ்ந்து குழந்தைகளை வளர்த்து வாழ்க்கையைக் கடந்து வந்தார் பாரதி. நினைவில் சில பயணங்கள் சில அபூர்வ தினங்கள் அல்லாமல் வயலார் ராமவர்மாவுடனான வாழ்க்கையின் ஒளிமிக்க கணங்களே இல்லை. சென்னையிலேயே தங்கிய வயலார் ராமவர்மா குடிகாரர் ஆனார். பெண்பித்தராக அலைந்தார். அவரது பெண்பித்து பற்றி பாரதி கேள்விப்படுகிறார். ஆனால் அப்படியெல்லாம் இல்லை, அவர்களெல்லாம் அவரது சகோதரிகள்தான் என்று கற்பனை செய்துகொண்டேன் என்கிறார். வேறு என்ன செய்ய முடியும்?

வயலாரை பாரதி நேசித்தாரா? ஆமாம் என்று சொல்கிறார் பாரதி. ஏனென்றால் நேசித்தாகவேண்டும். வேறு உலகமே கிடையாது. நேசிக்கும்படியாக அவர் வளர்க்கப்பட்டிருக்கிறார். அவரன்றி நினைவுகள் கூட இல்லை. ஆனால் அது நேசம்தானா? வெறும் கற்பனையா? சொல்ல முடியாது. என் வாழ்க்கையை நரகமாக்கிய வயலாரின் அன்னையை முதுமைக்காலத்தில் நன்றாகவே புரிந்து கொள்வதாகவும், அவர்மீது நேசமும் இரக்கமும் மட்டுமே மனதில் எஞ்சியுள்ளது என்றும் சொல்கிறார்.

குடி வயலார் ராமவர்மாவை வதைத்தது. அதை விட்டுவிட ஒவ்வொரு நாளும் விரும்பினார். அதற்காக பலமுறை சபதம் எடுத்தார். புத்தாண்டுகள் தோறும் டைரியில் எழுதிவைத்தார். மனைவியை நேசிக்க முடியாமையைப்பற்றி புலம்பி எழுதினார். ஆனால் அந்த மரணப் பாதையில் சென்றுகொண்டே இருந்தார். அவரை நினைத்து அம்மா மனம் புழுங்கினார். அவருக்காக கோயில்தோறும் வேண்டிக்கொண்டார்.

ஒருமுறை குடி மூத்து நிற்க முடியாத வயலார் ராமவர்மா தன் வேலையாளிடம் மேலும் மது வாங்க பணம் எடுத்துக் கொடுக்கும்படி பாரதியிடம் சொல்ல பாரதி அழுதபடி மறுக்கிறார். அம்மா வெளியே வந்து 'நீ சீதனம் கொண்டுவந்த பணம் அல்ல அது. அவன் சம்பாதித்த பணம்... போய் எடுத்து கொடுடீ' என்று சீறினாள். பணத்தை எடுத்துக் கொடுத்துவிட்டு பாரதி வந்து பார்த்தபோது அம்மா அறைக்குள் கதறி அழுது கொண்டிருந்தாள்.

'பாரதீ நீ கவலைப்படாதே, அம்மாவின் காலம் முடிந்தபின் நாம் நிம்மதியாக வாழலாம்'என்று போதையில் மனைவியிடம் சொல்லி கண்ணீர்விடுகிறார் வயலார் ராமவர்மா. ஆனால் அம்மாவின் கண்முன் அவர் இறந்தார். ஈரல் கெட்டுவிடிருந்தது. மரணப்படுக்கையில் 'என்னை வேலூருக்குக் கொண்டு செல்லுங்கள்...' என்று கதறினார். கசக்கவில்லை வாழ்க்கை 'இந்த அழகிய நிலத்தில் ஆசை தீர வாழ்ந்து மறைந்தவர்கள் உண்டா?' என்று கேரளத்தைப்பற்றி பாடியவர் அவர்

அம்மா உடைந்துபோய்விடுகிறாள். சற்றே மனநலம் பாதிக்கப்பட்டது. தலையில் தண்ணீர் விடமுடியாது, ஜன்னி வரும். ஆனால் பேரப்பிள்ளைகளை வளர்த்து மேலும் பல வருடங்கள் வாழ்ந்தாள். எத்தனை வீணான வாழ்க்கை. ஏன் அப்படி அது நிகழ்ந்தது?

வாழ்க்கையின் பெரும் புதிர்களை 'ஈஸ்வரஹிதம்' என்று சாதாரணமாக தாண்டிச்செல்கிறார் பாரதி. தனித்த வாழ்க்கையின் குரூரங்களைக் கண்ட அம்மா அதே வாழ்க்கையை ஏன் தன் மருமகளுக்குக் கட்டாயமாக்கினாள்? அம்மாவின் சொல்லை மகன் தட்டமாட்டான் என்று அறிந்திருந்தும் ஏன் மகனை குடிக்கக்கூடாது என்று அம்மா சொல்லவில்லை?

'சொல்லியிருந்தால் மகன் தட்டியிருப்பான் என்று அம்மாவுக்குத் தெரியும்' என்றார் லோகித தாஸ். 'ஓர் எல்லை உள்ளது. அந்த அம்மா அதை மீறிவிட்டார்'. வயலார் ராமவர்மா குடித்து அலைந்தது ஏன்? உள்ளூர அவர் ஏன் நிறைவில்லாதவர் ஆனார்? 'மறுக்கப்பட்ட அன்பை உலகில் எங்குமே மனிதன் கண்டுகொள்ள முடியாது... தேடித்தேடிச் சாகவேண்டும் என்பது விதி...' என்றார் லோகிததாஸ். பேரன்பால் தன் மகன் வாழ்க்கையைத் தின்று அழித்தார் அம்மா. பேரன்பால் தன்னை அம்மாவுக்கு பலிதந்தார் மகன்.

தன் சரிதையில் பாரதி ஜேசுதாஸைப்பற்றி மிகக் கடுமையாகச் சொல்கிறார். உயிருடன் இருந்தவரை ஜேசுதாஸ் வயலார் ராமவர் மாவின் இனிய தம்பியைப்போல இருந்தார். தாஸப்பன் என்றே வயலார் ராமவர்மா அவரைச் சொல்லிவந்தார். எத்தனையோ முறை ராகவப்பறம்புக்குவந்து தங்கி சாப்பிட்டிருக்கிறார். அம்மா அவரை தன் மைந்தனாகவே எண்ணிக்கொண்டிருந்தார். ஜேசுதாஸை திரையுலகில் கைபிடித்துத் தூக்கியவர் வயலார் ராமவர்மா.

ஆனால் வயலார் ராமவர்மா இறந்தபோது ஜேசுதாஸ் வரவில்லை. பலமுறை அவ்வழியாகச் சென்றும் ஒருதடவைகூட அம்மாவைச் சென்று பார்க்கவில்லை. அம்மா மரணப்படுக்கையில் இருந்தபோது ஒரு முறை ஜேசுதாஸைப் பார்க்கவேண்டும் என்று சொல்லியனுப்பு கிறார். அவர் வரவில்லை.

பின்னர் எழுத்தாளர் மலையாற்றூர் ராமகிருஷ்ணன் — R.அச்சுதமேனன் போன்றவர்கள் நிதிதிரட்டி வயலார் டிரஸ்ட் உருவாக்குகிறார்கள். கேரளத்தின் பெரிய இலக்கிய விருதுகளில் ஒன்றான வயலார் விருது அவர்களால் அளிக்கப்படுகிறது. அப்போது நிதிகேட்டு ஜேசுதாஸைச் சந்திக்கச் செல்கிறார்கள்.' குடித்து அழிந்த ஒரு ஆசாமிக்கு தர என்னிடம் பணமில்லை' என்று சொல்லிவிடுகிறார் ஜேசுதாஸ். பின்னர் அதை பத்திரிகையிலும் சொன்னார்.

'நன்றிகெட்டதத்தனம் மனிதவடிவம் எடுத்தவர் ஜேசுதாஸ். இன்று தொலைக்காட்சியில் அவர் சத்தியம் கருணை என்றெல்லாம் பேசுவதைக் கேட்க அருவருப்பாக இருக்கிறது' என்று சொல்கிறார் பாரதியம்மா.

ஏன் ஜேசுதாஸ் அப்படிச் சொன்னார்? அதைப்பற்றிப் பேசும்போது ஒரு இதழாளர் சொன்னார் 'மிக எளிமையான காரணம்தான். ஜேசுதாஸ் ஒரு புரஃபஷனலிஸ்ட். அவருக்கு இனி வயலார் தேவையில்லை.' இன்னொருவர் ஜேசுதாஸை நன்கறிந்தவர். 'பணம்தான் பிரச்சினை. பணம் செலவாகுமென தெரிந்தாலே ஜேசுதாஸ் விலகிவிடுவார்...

வயலாரின் குடும்பம் வறுமையை அடைந்திருந்தது ஜேசுதாஸுக்குத் தெரியும்.'

நான் வேறுமாதிரி சொன்னேன். 'குடிகாரரின் உள்ளம் விசித்திரமானது. வயலார் என்ன செய்தார் என்ன சொன்னார் என நாம் அறிய முடியாது. கால் நூற்றாண்டுக்காலம் தாண்டிவிட்டது... அவர்கள் நடுவே மிக மிகக் கசப்பான ஏதோ ஒன்று நடந்திருக்கலாம்.'

'ஒன்றுமே நடக்காமல், ஒரு காரணமும் இல்லாமல், ஒரு ஆழமான மனமுறிவு நடக்காதா என்ன?' என்றார் லோகித தாஸ். 'நடக்கும். மனித உறவுகள் அப்படித்தான். மனிதவாழ்க்கை ஒரு காரணமும் இல்லாத ஒரு பெருங்குழப்பம். அதைத்தான் ஈஸ்வர ஹிதம் என்று சொல்லி கைகூப்புகிறார்கள் வாழ்க்கையை அனுபவித்து அறிந்தவர்கள்.'

வரலாற்றின் வண்டலில்...

ஒரு நிலப்பிரபு தன் நான்கு பிள்ளைகளை பெண் வாசனையே படாமல் வளர்க்கிறார். அதில் இளையவன் காதல்வயப்படுகிறான். எந்தக் குடும்பத்தின் மீதான பகை காரணமாக அவர் அப்படி இருக்கிறாரோ அந்தக் குடும்பத்துப்பெண்ணையே காதலிக்கிறான். பின்னர் வழக்கமான திருப்பங்கள். நகைச்சுவைகள். தமிழில் மொழிமாற்றம் செய்யப்பட்டுவந்த 'காட்ஃபாதர்' என்ற அந்த மலையாளத் திரைப்படத்தை பலர் பார்த்திருக்கலாம். அதில் அஞ்ஞூறான் என்ற கதாபாத்திரத்தில் நடித்திருந்த முதியவருக்கு அப்போது 74 வயது. அவர் நடித்த கடைசிப்படமாக அது இருந்ததில் ஆச்சரியமில்லை.

அவரது மகன் விஜயராகவன் நெடுங்காலமாக மலையாளத்திரைப் படங்களில் நடித்துவருகிறார். பெரும்பாலும் வில்லன் கதாபாத் திரங்கள். ஜெயராஜ் இயக்கிய 'தேசாடனம்' என்ற மலையாளப் படத்தில் துறவியாக ஆக்கப்பட்ட மகனை எண்ணி வெதும்பும் தந்தையாக சிறப்பாக நடித்திருந்தார் அவர்.

அந்த முதியவரின் பெயர் என்.என்.பிள்ளை. மலையாள வணிக நாடக மேடையின் பிதாமகர்களில் ஒருவர். 1918 ல் கேரளத்தில் வைக்கத்தில் ஒரு நாயர் குடும்பத்தில் பிறந்தவர் என்.என்.பிள்ளை. 1953 ல் விஸ்வ கேரள கலாசமிதி என்ற நாடக அமைப்பை நிறுவினார். அவரது நாடகக்குழு கேரளத்தை உலுக்கிய பல நாடகங்களை மேடை யேற்றியிருக்கிறது. மனித மனத்தின் அடித்தளமாக உள்ள காமஇச்சை யையும், உறவுகளின் உட்பொருளாக ஓடும் சுயநலத்தையும் திடுக்கிடும் நிகழ்வுகள் மற்றும் எரியும் கிண்டல் மூலம் வெளிப்படுத்தி அதிரச் செய்யும் அந்நாடகங்கள் அனைத்தையும் என்.என்.பிள்ளையே எழுதியிருக்கிறார். அவற்றில் ஒரு மும்பை விபச்சாரியின்

வாழ்க்கையைச் சொல்லும் 'காபாலிகா' பெரும்புகழ் பெற்றது. 'கிராஸ் பெல்ட்', 'ஆத்மபலி' 'பிரேதலோகம்' போன்ற பல நாடகங்கள் திரைப் படங்களாகவும் புகழ்பெற்றவை. 1995ல் என்.என்.பிள்ளை மரணமடைந்தார்.

என்.என்.பிள்ளை தன் குடும்பத்தையே ஒரு நாடகக்குழுவாக உருவாக்கி விட்டிருந்தார். அவரது மனைவி, தங்கை, தங்கை கணவர், மகன், மகள், மருமகன் ஆகியோர் அடங்கியது அந்த நாடகக்குழு. அதுவும் அக்காலத்தில் ஒரு பெரிய ஆச்சரியமாக கேரளத்தில் விளங்கியது. நாடகம்மூலம் பெரும்பணம் சம்பாதிக்கவும் கலாசார விவாதங்களின் மையமாக விளங்கவும் அவரால் முடிந்தது.

என்.என்.பிள்ளை நாடக இலக்கணங்களைப்பற்றி 'நாடக தர்ப்பணம்' போன்ற முக்கியமான பல நூல்களை எழுதியிருக்கிறார். ஆனால் அவரது நூல்களில் மிகக்குறிப்பிடத்தக்கது அவரது சுயசரிதை. 'ஞான்' (நான்) என்றபேரிலான இந்த சுயசரிதையை நான் மிகச் சிறுவயதில் வாசித்தேன். வரலாறு என்பது பள்ளிப்பாடங்களால் ஆனது அல்ல, மானுட இயற்கையை வைத்துத்தான் அதைப் புரிந்துகொள்ள வேண்டும் என்று எனக்குக் கற்பித்தது இந்த சுயசரிதைதான். சிலநூல்கள் அந்நூல்களின் நடையாலும் தோரணையாலுமே முற்றிலும் உண்மை யானவை என்று தோன்றச்செய்யும். அந்த உண்மையால் அவை மொத்த வரலாற்றுக்கும் மாற்று வரலாறாக நிலைகொள்ளும். அத்தகைய அபூர்வமான நூல் இது.

விசித்திரமான ஒரு துடுக்குத்தனம் அந்த தன்வரலாற்றின் தொடக்கம் முதலே முன்னிட்டு நிற்கிறது. தன் தந்தையைப்பற்றிச் சொல்லும்போது பொதுவாக அனைவருக்கும் நவத்துவாரங்கள் இருக்கும், என் தந்தைக்கு தசதுவாரங்கள் என்கிறார் என்.என்.பிள்ளை. அவருக்கு மலக்குடல் வெளியே திறக்கும் ஃபிஸ்டுலா என்ற கொடிய நோய் இருந்தது. சிறுவயதில் தன்னை இடுப்பில் தூக்கி வளர்த்த பன்னிரண்டு வயது மூத்த சின்னம்மு என்ற அக்காவிடம் ரகசியக்காதல் கொள்கிறார். ஒருவகை ஈடிபஸ் ஈர்ப்பு. வாங்கிய கடனை அடைக்க முடியாமல் சிறைப்பட்டு துன்புற்று நோய் முற்றி அப்பா இறக்கிறார். ஊரில் ஒரு சண்டையில் ஒருவனை கத்தியால் குத்திவிட்டு தப்பி ஓடி மலாயாவின் தோட்டங்களில் வேலைக்குச் செல்கிறார் என்.என்.பிள்ளை.

மலாயா-பர்மாச் சித்தரிப்புதான் இந்த சுயசரிதையின் மிக முக்கியமான பகுதி. இந்தியாவில் இருந்து வந்த பலவகைப்பட்ட மனிதர்களின் விவரணை உள்ளது. வங்காளிகள் ஓரளவு கல்வியறிவுகொண்டவர் களாகவும் தங்களை மேலானவர்கள் என்று கருதிக்கொள்வதனாலேயே ஒற்றுமை கொண்டவர்களாகவும் இருக்கிறார்கள். ஆகவே அவர்கள்

பிரிட்டிஷாருக்கு விசுவாசமானவர்களாக ஆகி கங்காணிகளாக பணியாற்றுகிறார்கள். அடுத்தபடியாக ஈழத்தமிழர்களான வேளாளர்கள் கங்காணிப்பணி ஆற்றுகிறார்கள்.

தெலுங்கர்களும் தமிழர்களும் அனேகமாக கல்வியறிவில்லாதவர்கள். பஞ்சம் பிழைக்க கிளம்பி வந்த அடிமை ஜனங்கள். குடிப்பழக்கத்தாலும் சாதிப்பிரிவினைகளாலும் சதா பூசலிட்டுக்கொண்டிருக்கிறார்கள். அவர்களை யார் என்ன செய்தாலும் கேள்விமுறையில்லை. அவர்களே கூட ஒன்றுசேர்ந்து எதிர்ப்பதில்லை. தமிழர்களில் ஒருபகுதியினரான செட்டிகள் இந்தப் பெரும் கும்பலுடன் இணையாமல் தங்களை பிரித்துக்கொண்டு வணிகம் செய்கிறார்கள்.

அங்கே உள்ள மலையாளிகளில் அனேகமாக அனைவருமே விதிவிலக் கில்லாமல் குற்றவாளிகள். இந்தியாவில் சிறிதும் பெரிதுமான குற்றங்கள் செய்துவிட்டு ஓடிவந்தவர்கள். புனைவுநுட்பத்துடன் அவர்களின் சித்தரிப்பை அளிக்கிறார் என்.என்.பிள்ளை. அவரைப் பார்த்ததுமே கோணலான உதடுடன் 'எந்த ஊர்?' என்கிறார் ஒருவர். சொன்னதுமே '1912ல் சேர்த்தலை சந்தையில் நடந்த அடிதடியைப்பற்றி கேள்விப்பட்டிருக்கிறாயா? இடியன் குட்டப்பனை ஒரே அடியில் வீழ்த்திய தேக்காட்டு சங்கரனைப்பற்றி?' 'இல்லை' என்றதும் மேலும் இளக்காரம். பின்னர் 'நான்தான் சங்கரன்... என்னைப்பற்றிச் சொன்னால் சேர்த்தலையே நடுங்கும்...' ஒரு வக்கரித்த சிரிப்பு... அவர்கள் எந்தக்குற்றமும் செய்யத் தயாரானவர்கள். நம்பிக்கைக்கு கொஞ்சமும் அருகதையில்லாதவர்கள்.

என்.என்.பிள்ளை அதிகமும் தமிழர்களுடன்தான் சேர்ந்துகொள்கிறார். அவரது காதலிகளும் தமிழ்ப்பெண்கள்தான். ஏராளமான அடிதடிகள். கத்திக்குத்துகள். தப்பி ஓட்டங்கள். அப்போதுதான் 1942 ஜூன் மாதம் ஜப்பானியசேனை மலாயா-பர்மாவைக் கைப்பற்றுகிறது. அதற்கு முன்னரே ஜப்பானில் சுபாஷ் சந்திர போஸ் இந்திய தேசிய ராணுவத்தை உருவாக்கியிருந்தார். அதைப்பற்றிய தகவல்கள் தெரிந்திருந்தாலும் அதைப் பொருட்படுத்த வேண்டுமென்ற எண்ணமே எவருக்கும் உருவாகவில்லை. ஏன் என்றால் சர்வ வல்லமை வாய்ந்த பிரிட்டிஷ் சாம்ராஜ்யத்தை வீழ்த்த எவராலும் முடியாது என்ற எண்ணம்தான்.

ஆனால் பர்மா வீழ்ந்ததுமே ஒரு பெரும் எழுச்சி ஏற்பட்டது. பிரிட்டி ஷாரை துரத்தி இந்தியாவை மீட்பது சாத்தியம்தான் என்ற எண்ணம் வலுப்பெற்றது. நேதாஜியின் படைக்கு ஆள் சேர்க்கும் முயற்சிகள் ஏற்கனவே மிக ரகசியமாக நடைபெற்று வந்தன. இப்போது அவை ஜப்பானிய ராணுவத்தின் ஆதரவுடன் முழு வீச்சில் நடைபெற்றன. சாரி சாரியாக இளைஞர்கள் ஜப்பானிய ராணுவத்தில் சேர்ந்தார்கள். என்.என்.பிள்ளையும் அவர்களில் ஒருவர்.

அவர்கள் சிங்கப்பூருக்குக் கொண்டுசெல்லப்பட்டு ராணுவப்பயிற்சி அளிக்கப்பட்டார்கள். மெல்ல மெல்ல அங்கே உள்ள உண்மை நிலவரம் என்.என்.பிள்ளைக்குத் தெரியவருகிறது. இந்திய தேசிய ராணுவத்தைப் பற்றி என்.என்.பிள்ளை அளிக்கும் சித்திரம் இளம் வயதில் என்னை கடுமையான மனச்சோர்வுக்கு உள்ளாக்கியது. போரில் சரணடைந்த பிரிட்டிஷ் ராணுவத்தைச் சேர்ந்த இந்தியச் சிப்பாய்களே அவர்களில் அதிகம். அவர்கள் பெரும்பாலும் சிறைக்கைதி வாழ்க்கையை தவிர்ப் பதற்காகவே அந்தப் படையில் சேர்ந்தார்கள். அவர்களுக்கு எந்தவகை யான அரசியல் சிந்தனைகளும் கிடையாது. அவர்கள் பெற்றிருந்த கல்வி பிரிட்டிஷ் ராணுவம் அளித்த ராணுவக்கல்வி மட்டுமே. இந்தியதேசம் என்ற மனச்சித்திரமோ சுதந்திரப்போராட்டம் குறித்த எளிய புரிதலோகூட அவர்களிடம் இல்லை. பஞ்சம் பிழைக்க ராணுவத்தில் சேர்ந்து, தொடர்ச்சியான அடிமைப்பணி மூலம் மனம் மந்தப்பட்டு, கட்டுப்பாட்டையே குணாதிசயமாகக் கொண்ட மனித மிருகங்கள் அவர்கள்.

தோட்டத்தொழில் நசித்தபோது பிழைப்புக்கு வழியில்லாமலாகி இந்திய தேசிய ராணுவத்தில் சேர்ந்தவர்கள் மீதிப்பேர். அவர்களுக்கும் இந்தியதேசம் என்ற மன உருவகம் கிடையாது. என்.என்.பிள்ளை இந்தியாவுக்கு சுதந்திரம் கிடைத்தபிறகுதான் அந்த மனச்சித்திரம் எளிய அடித்தட்டு மக்களிடையே உருவானது என்று சொல்கிறார். சுபாஷ் சந்திர போஸ் மீது இனம்புரியாத ஒரு மதிப்பு அவர்களிடையே இருந்தது. அது அவரை பிரிட்டிஷார் அஞ்சுகிறார்கள், ஜப்பானியர் அவரை மதிக்கிறார்கள் என்பதனால் உருவானது. தேசவிடுதலை என்ற இலட்சிய வேகத்தால் இந்திய தேசிய ராணுவத்தில் சேர்ந்தவர்கள் மிகச்சிறுபான்மையினரே.

இந்தக் கலவையான ராணுவத்துக்கு முறையான, முழுமையான பயிற்சி அளிக்க ஜப்பானியருக்கு நேரமில்லை. ஆள்பலமும் இல்லை. உலகப் போர் முடிவை நெருங்கிக்கொண்டிருந்தது. ஜப்பானின் நெருக்கடி முற்றிக்கொண்டிருந்தது. ஆகவே ஏற்கனவே பிரிட்டிஷ் ராணுவத்தில் பயிற்சி பெற்றிருந்தவர்களுக்கே அவர்கள் முக்கியத்துவம் கொடுத் தார்கள். சுபாஷ் சந்திர போஸால் கவரப்பட்டு இலட்சிய வேகம் கொண்டு சேர்ந்தவர்களிடம் பயிற்சி இல்லை. அவர்களில் அசாதாரண மான திறமையைக் காட்டிய சிலருக்கு மட்டும் பொறுப்பு அளிக்கப் பட்டது. அவர்களில் ஒருவராக என்.என்.பிள்ளை காப்டன் பதவியை அடைந்தார்.

1943ல் சுபாஷ் சந்திர போஸ் சிங்கப்பூரில் இந்திய தேசிய ராணுவ அணிவகுப்பை நடத்தி இந்தியாவின் சுதந்திரத்தை அறிவித்தார். அதை

யொட்டி ஒரு பெரும் அதிரடித்தாக்குதல் மூலம் நேராக இந்தியாவை நோக்கி முன்னேறி மணிப்பூரில் நுழைந்து இம்பாலைக் கைப்பற்றி அங்கிருந்து வங்கம் வழியாக தென்னிந்தியா நோக்கி நகர்ந்து இந்தியாவை மீட்கும் ஒரு மாபெரும் திட்டம் வகுக்கப்பட்டது. அப்போது பர்மிய ஜப்பானிய ராணுவத்தின் தலைவராக இருந்தவர் ஜெனரல் முட்டாகுச்சி. இவரது படைப்பிரிவுகளுடன் இந்திய தேசிய ராணுவத்தின் படைப்பிரிவுகளையும் இணைக்க ஆணையிடப்பட்டது.

ஜப்பானிய ராணுவம் பர்மாவை ஊடுருவியதன் தகவல்களை நாம் உலகப்போர் குறித்த எல்லா நூல்களிலும் காணலாம். ஆனால் அதன் நுண்ணிய அந்தரங்கச்சித்திரம் ஒன்றை அளிக்கிறது என்.என். பிள்ளையின் தன்வரலாறு. சிங்கப்பூர் முதல் கல்கத்தாவரை நீளும் ஒரு பெரும் ரயில்பாதையை ஜப்பானியர் அமைத்தார்கள். மலாயா, தாய்லாந்து, பர்மா வழியாகச் செல்வது அந்தப்பாதை. கொடும் காடுகளின் வழியாக பல ஆறுகளையும் மலைகளையும் கடந்து போவது. அதை அமைக்க ஆறு வருடங்கள் ஆகும் என்று பொறியாளர்கள் சொன்னார்கள். எட்டு மாதங்களில் அதை அமைத்து முடிக்க ஜப்பானிய ராணுவம் முயன்றது. பல்லாயிரக்கணக்கான போர்க்கைதிகள் கடும் உழைப்பு முகாம்களில் அடைக்கப்பட்டு அந்த ரயில்பாதை அமைப்பதில் ஈடுபடுத்தப்பட்டார்கள். மலாயா, பர்மாவில் இருந்து ஆயுதம் மூலம் திரட்டப்பட்ட ஏழை தோட்டத்தொழிலாளர்கள் அந்த ரயில்பாதைப்பணியில் ஈடுபடுத்தப்பட்டார்கள்.

சயாம் மரணரயில்பாதை என்று பின்பு அழைக்கப்பட்ட இந்தப் பாதையின் கதை ஒரு மானுடசோகம். இந்தப்பாதையை தடுப்பதற்காக தங்கள் ராணுவத்தின் கைதிகள் மேல் பிரிட்டிஷ் விமானங்கள் குண்டு பொழிந்தன. மலேரியாவாலும் பாம்புக்கடியாலும் பசிபட்டினியாலும் பலர் செத்தார்கள். மொத்தம் மூன்றுலட்சம்பேர் இறந்திருப்பார்கள் என்றும் அதில் ஒருலட்சம்பேர் தமிழர்கள் என்றும் சொல்லப்படுகிறது. இந்த ரயில்பாதைத்திட்டம் முடிவடையவில்லை.

மலாயாவிலும் பர்மாவிலும் ஜப்பானியர்களுக்கு கடுமையான எதிர்ப்பு இருந்தது. கம்யூனிஸ்டுகளும் மலாய, பர்மியத் தேசியவாதிகளும் இணைந்து அந்த எதிர்ப்பை கொரில்லாப்போராட்டமாக நடத்தினர். ஆகவே ஜப்பானியப்படை ஒரு வழியைக் கைக்கொண்டது. அவர்கள் போகும்வழியெல்லாம் முழுமையாகக் கொள்ளையடித்து, வீடுகளையும் விளைநிலங்களையும் கொளுத்தி, கிட்டத்தட்ட எதுவுமே மிஞ்சாமல் ஆக்கியபடி சென்றார்கள். ஆகவே பசியில் துடித்த மக்கள் கூட்டம் கூட்டமாக அந்த ரயில்பாதையின் இருபக்கமும் குழுமினார்கள். ரயிலில் செல்பவர்களை நோக்கி கையேந்தி கெஞ்சியபடி பின்னால்

ஓடினார்கள். ரயில்பாதையின் இருபக்கமும் பட்டினிப்பிணங்கள் குவிந்தன.

ரயிலில் சென்ற சிப்பாய்களின் வேடிக்கையே ரொட்டியைப்பிய்த்து அக்கூட்டம் மீது வீசுவதுதான். அவற்றுக்காக அம்மக்கள் பாய்ந்து, போராடி, ஒருவரை ஒருவர் மூர்க்கமாகத் தாக்கிக்கொண்டார்கள். அதைக்கண்டு படைவீரர்கள் மகிழ்ந்தார்கள். ரயில் நிலையக் கழிப் பறைகளில் சில்லறைக்காசுகளுக்காகவும் ரொட்டிக்காகவும் விபச்சாரம் செய்ய பெண்கள் கைக்குழந்தைகளுடன் வந்து முட்டி மோதினார்கள். கழிப்பறைகளில் கால்சராயை அவிழ்க்கும்போது குழந்தைகள் முண்டியடித்து வந்து கைகளைப்பற்றிக்கொண்டு கெஞ்சும் காட்சியை என்.என்.பிள்ளை எழுதுகிறார்.

இந்திய தேசிய ராணுவத்தின் உள்விவகாரங்களைப்பற்றிய பதிவுகளும் அதிர்ச்சி அளிப்பவை. பிரிட்டிஷ் நேர்மை பற்றி நமக்கு ஒரு பிம்பம் உள்ளது. என்.என்.பிள்ளை நேர் மாறாகச் சொல்கிறார். பிரிட்டிஷ் ராணுவம் என்பது ஊழலாலேயே ஒருங்கிணைக்கப்பட்டது என்பது அவரது கூற்று. சாதாரண பிரிட்டிஷ் அதிகாரிகள் பிரிட்டனில் மிக எளிய தொழிலாளர் குடிகளில் இருந்து வந்தவர்கள். பணம் சம்பாதித்து ஊர்திரும்பி ஒரு கௌரவமான வாழ்க்கையை உருவாக்கும் கனவு மட்டுமே கொண்டவர்கள் அவர்கள். ஆகவே அன்றைய பிரிட்டிஷ் அரசின் அதிகாரிகளுக்கு ஊழல் என்பது அன்றாடச் செயல்பாடு. ஒரு சிற்றூரில் காவல்துறை அதிகாரியாக வரும் வெள்ளையர் முதல் சிறு நீதிபதிகள், ராணுவ அதிகாரிகள் வரை அனைவருமே அதிகாரபூர்வ ஊழலிலேயே திளைத்திருப்பார்கள்.

அந்த ஊழலை நிகழ்த்தும்பொருட்டுத்தான் அன்றைய நிர்வாகத்தின் பிரமிட் அமைப்பு உருவாக்கப்பட்டிருந்தது. கீழ்மட்ட ஊழியர்கள் ஊழல் செய்வதன் ஒருபகுதி மேலே சென்று கொண்டே இருக்கும். இன்றுவரை சுதந்திர இந்தியாவில் அந்த பிரிட்டிஷ் ஊழலமைப்பே தொடர்கிறது. இந்திய ராணுவத்தில் ஊழல் நடைமுறைக்குப் பழகிய இந்திய தேசிய ராணுவத்தின் பிரிட்டிஷ் சிப்பாய்கள் எல்லாவற்றிலும் காசு பார்க்க முயன்றார்கள். குறிப்பாக வங்காளிகள் பணம் திரட்டுவதை மட்டுமே செய்தார்கள். அவர்களைத் தட்டிக்கேட்க எவராலும் முடிய வில்லை. சுபாஷ் சந்திர போஸை பலமுறை என்.என்.பிள்ளை சந்திக்கிறார். ஆனால் சுபாஷ் சந்திர போஸ் சிலரது ஆலோசனைப் பிடியில் இருந்தார்.

சுபாஷ் சந்திர போஸ் ராணுவ விஷயமாக ஒன்றுமே தெரியாதவராக இருந்தார். அவரை ஜப்பானிய ராணுவத்தின் கடைநிலை அதிகாரிகூட ஒரு பொருட்டாகவே கருதவில்லை. இந்தியாவைக் கைப்பற்றும்

போது இந்திய மக்கள் ஜப்பானியருக்கு எதிராக திரும்பாமல் தடுக்கும் ஒரு கவசமாக, ஒரு எதிர்காலப் பொம்மை ஆட்சியாளராக மட்டுமே ஜப்பானியர் சுபாஷை கண்டார்கள்.

கனவுஜீவியான சுபாஷ் சந்திர போஸ் தனக்கே உரிய இலட்சியக்கனவு ஒன்றில் ததும்பிக்கொண்டிருந்தார் என்று என்.என்.பிள்ளை சொல்கிறார். சயாம் மரண ரயில் திட்டத்தில் பல லட்சம்பேர் கொல்லப் பட்டதும் ஜப்பானிய ராணுவம் எளிய பொதுமக்கள் மேல் நிகழ்த்திய அட்டூழியங்களும் அவருக்குத் தெரியும். அவரது மானுடநேயம் மிக்க மனம் அதை எதிர்த்தது. ஆனால் அவர் கிட்டத்தட்ட ஜப்பானியரின் அடிமையாக, கைப்பாவையாக இருந்தார். இந்தியாவை மீட்பது என்ற பெருங்கனவைக்கொண்டு அந்த அவமானங்களை உண்டு செரித்துக் கொண்டு வந்தார்.

சுபாஷ் சந்திர போஸையே ஒரு பொருட்டாகக் கருதாத ஜப்பானிய ராணுவத்துக்கு இந்திய தேசிய ராணுவம் மீது முழுக்க முழுக்க இளக்காரம் மட்டுமே இருந்தது. போர்முனையில் இந்திய தேசிய ராணுவம் எதையாவது செய்யும் என்ற நம்பிக்கை கொஞ்சம்கூட ஜப்பானியரிடம் இல்லை. ராணுவத்தில் உள்ள காவல்வேலை, கருவிகளை பழுதுபார்த்தல், ஓட்டுநர் வேலை, கட்டுமான வேலைகள் போன்ற ஏராளமான வேலைகளுக்கு அவர்களுக்கு ஆள் தேவைப் பட்டது. ஆகவே தங்கள் ராணுவத்துக்கான ஒரு சேவகர்கும்பலாகவே அவர்கள் இந்திய தேசிய ராணுவத்தை நடத்தினார்கள்.

பிரிட்டிஷாரை விட பலமடங்கு இனவெறி கொண்டவர்களாகவும் குரூர மானவர்களாகவும் பழமைநோக்குள்ள அடிப்படைவாதிகளாகவும் இருந்தார்கள் ஜப்பானியர். அவர்களைப் பொறுத்தவரை இந்தியா என்றல்ல, எந்த ஒரு தேசத்தின் விடுதலையும் அவர்களுக்கு ஒரு பொருட்டே அல்ல. உலகத்தை முழுக்க ஜப்பானியச் சக்கரவர்த்தியின் ஆட்சிக்குக்கீழே கொண்டுவருவது மட்டுமே அவர்களின் நோக்கம். ஒவ்வொரு நாளும் ஜப்பானியரின் அவமதிப்புகளைச் சந்திக்கிறார் என்.என்.பிள்ளை. போர்முனையில் இந்திய சுதந்திரத்துக்காகப் போராடும் கனவைக்கொண்டு அந்த அவமானங்களை எதிர்கொள்கிறார்.

ஜப்பானியர் இந்திய தேசிய ராணுவத்தை போரில் ஈடுபடுத்த வேயில்லை. இந்திய தேசிய ராணுவமும் ஜப்பானிய ராணுவமும் சேர்ந்து ஈடுபட்டதாகச் சொல்லப்பட்ட பெரும்பாலான போர்களில் இந்திய தேசிய ராணுவம் வெறும் உதவியாளர் பட்டாளமாகவே இருந்தது. கடைசியில் மூன்றே மூன்று போர்முனைகளில் இந்திய தேசிய ராணுவம் நேரடியாக பிரிட்டிஷ் ராணுவத்தை எதிர்கொண்டது. '*வெட்கக்கேடு!*' என்று சுயவெறுப்புடனும் கசப்புடனும் அதைப்பற்றி

எழுதுகிறார் என்.என்.பிள்ளை. போர்க்களத்தில் இந்திய தேசிய ராணுவத்தில் இருந்த முன்னாள் பிரிட்டிஷ் இந்திய வீரர்கள் வெள்ளைக் கொடியுடன் பிரிட்டிஷ் ராணுவத்தை நோக்கிச் சென்றார்கள். அவர்களை நம்பாமல் பிரிட்டிஷ் ராணுவம் அவர்களை சுட்டு வீழ்த்தியது. பலர் திரும்பி ஓடிவந்தார்கள்.

ஒரு இடத்தில்கூட இந்திய தேசிய ராணுவம் உண்மையாகப் போரிட வில்லை. பயிற்சி இல்லாத புதிய இந்திய தேசிய ராணுவ வீரர்கள் அஞ்சி ஓடி சிறு சிறு கும்பல்களாகச் சிதறினார்கள். ஒருங்கிணைப்பு இல்லாமல் காடுகளில் தவித்து ஜப்பானிய ராணுவத்தால் மீட்கப் பட்டார்கள். போர்க்களத்தில் தனிநபர்வீரம் என்பதற்கு எந்தப் பொருளும் இல்லை என்று தல்ஸ்தோய் தன் 'போரும் அமைதியும்' நாவலில் சொல்கிறார். அதையே என்.என்.பிள்ளையும் சொல்கிறார். ஒருங்கிணைப்பும் கட்டுப்பாடும் மட்டுமே அங்கே முக்கியம். அதற்கு எந்தவகையான இலட்சியவாதமும் உதவாது. பலவருடங்கள் தொடரும் பயிற்சி மூலம் வாழ்க்கையே அப்பயிற்சியால் ஆனதாக இருப்பது மட்டுமே உதவும். அதாவது போர்முனையில் சிறப்பாகப் போரிடும் ராணுவமென்பது மனிதர்களை இயந்திரமாக ஆக்கிக் கொண்ட ஒன்று. அவசரகதியில் உருவாக்கப்பட்ட இந்திய தேசிய ராணுவம் ஒரு கேலிக்கூத்தாக ஆனதில் ஆச்சரியமே இல்லை.

மேலும் இந்திய தேசிய ராணுவத்துக்கு உரியமுறையில் ஆயுதங்களும் உணவுகளும் ஜப்பானியரால் வழங்கப்படவும் இல்லை. இந்திய தேசிய ராணுவத்தின் அவலநிலையும் தோல்விகளும் சுபாஷிடம் சொல்லப் படும்போது அவமானமும் மனக்கசப்பும் மீதூற செய்வதறியாமல் அவர் எரிந்துவிழுகிறார். திட்டுகிறார். கண்ணீர் விட்டுக்கொண்டு அவர் களிடம் மேலும் போராடும்படி சொல்கிறார். என்.என்.பிள்ளை காட்டும் சுபாஷ் சந்திர போஸ் இலட்சியவாதத்தின் மேகமயமான கனவுலகில் இருந்து போர் என்ற அப்பட்டமான யதார்த்தத்தின் முள்காட்டுக்குள் விழுந்து தவிப்பவராகக் காட்சியளிக்கிறார்.

கடைசியில் போர் முற்றிலும் தோல்வியில் முடிகிறது. சுபாஷ் சந்திர போஸ் விமான விபத்தில் மரணமடைகிறார். சுபாஷ் சந்திர போஸைப் பொறுத்தவரை அந்த விபத்தும் மரணமும் அவருக்கு இயற்கை கொடுத்த பரிசு என்று என்.என்.பிள்ளை எண்ணுகிறார். அவர் ஜப்பானி யரால் கொல்லப்பட்டிருக்கவும் வாய்ப்புண்டு என்று கருதுகிறார். சுபாஷ் சந்திர போஸ் ஏற்கனவே மன அளவில் உடைந்து மரணத்தை நெருங்கிவிட்டிருந்தார். ஜப்பானியர்களையும் ஃபாஸிஸ்டுகளையும் நம்பியது எத்தனை பெரிய வரலாற்றுப்பிழை என அவர் நன்குணர்ந்து விட்டிருந்தார்.

ஒரு நிகழ்ச்சியை என்.என்.பிள்ளை சொல்கிறார். இந்திய நிலப் பகுதியில் இந்திய தேசிய ராணுவம் கைப்பற்றிய முதல் நிலப்பகுதி அந்தமான். அங்கே சுபாஷ் சந்திர போஸ் இந்திய தேசியக்கொடியை ஏற்றினார். ஆனால் அந்தத் தீவு ஜப்பானின் கைவசம்தான் இருந்தது. அங்கே சுபாஷ் சந்திர போஸால் நியமிக்கப்பட்ட ஆட்சியாளரான மோகன்தாஸ் என்பவர் ஜப்பானியரால் சிறைப்படுத்தப்பட்டார். 1944ல் போர் முடியும் தருவாயில் அந்தமான் வந்த சுபாஷ் சந்திர போஸ் சிறையில் இருந்த மோகன்தாஸை சந்திக்கிறார். கடும் சித்திரவதைக்கு உள்ளாகி சிறையில் வாடிய அவரைக்கண்டு சுபாஷ் சந்திர போஸ் மனமுடைந்து கண்ணீர் விடுகிறார். ஆனால் அவரால் ஜப்பானியரை எதிர்த்து ஒன்றுமே செய்ய முடியவில்லை.

இந்திய தேசிய ராணுவம் கலைக்கப்பட்டபின்னர் இந்தியா திரும்பும் என்.என்.பிள்ளை கையில் ஒரு பைசாகூட இல்லாமல் கேரளம் வருகிறார். அவரிடம் இருக்கும் ஒரே திறமை என்பது இந்திய தேசிய ராணுவத்துக்காக சில நாடகங்களை பர்மாவின் தொழிலாளர் மத்தியில் போட்டதுதான். திருமணமாகி பின் கணவனைப்பிரிந்து இருந்த சின்னம்முவை அவர் திருமணம் செய்து கொள்கிறார். சுதந்திரப் போராளி என்ற சமூக அங்கீகாரம் எதையும் அவர் நாடவில்லை. சமூக எதிர்ப்புகளை துச்சமாகக் கருதும் ஆழமான கசப்பும் அங்கதமும் அவரிடம் குடியேறிவிட்டிருந்தது. நாடகநிறுவனத்தை தொடங்கினார். வெற்றிபெற்றார்.

‘வருடம்தோறும் நான் பல ஆயிரம் ரூபாய்கள் நன்கொடையாகக் கொடுக்கிறேன். ஏழை எளியவர்களுக்கு அளிக்கிறேன்... அவை யெல்லாம் கருணையால் அல்ல. சமூகம் நன்றாக இருக்க வேண்டும் என்பதற்காகவும் அல்ல. அப்படிப்பட்ட எந்த நம்பிக்கையும் எனக்கு இல்லை. என் அப்பாவை சில்லறைப்பணத்துக்காக சிறையிலடைத்துக் கொன்ற கேரள சமூகத்தின் முகத்தில் அதன் வழியாக நான் காறி உமிழ்கிறேன்...’ என்று என்.என்.பிள்ளை தன் தன்வரலாற்றின் இறுதியில் எழுதினார்.

சுயசரிதைகளை உண்மையாகவே எழுதினால் அந்த நூலைத் தொட்டால் கை சுடும் என்பார்கள். அப்படிப்பட்ட நூல்களில் ஒன்று இது. நம் கைவழியாக ஓடிச்செல்வதே வரலாறு. விழுமியங்கள் ஏற்றப்பட்டு கோபுரங்களாக ஆக்கப்பட்டு நம் தலைக்குமேல் எழுந்துநிற்கும் கட்டுமானம் அல்ல.

இனிதினிது...

வேலூர் மத்தியச்சிறைச்சாலை. உள்துறை அமைச்சரின் அரசாங்கக் கொடி பறக்கும் கார் வந்து நிற்கிறது. அதிகாரிகள் பரபரப்பு அடைகிறார்கள். உள்ளிருந்து உள்துறை அமைச்சரின் மனைவியும் அவரது மகளும் நான்குவயதான பேத்தியும் இறங்குகிறார்கள். சிறைத்துறை அதிகாரி நேரில் வாசலுக்குச்சென்று மரியாதையுடன் அவர்களை வரவேற்கிறார்கள். அவர்கள் அங்கே சிறையில் இருக்கும் ஒருவரைப் பார்க்க வந்திருக்கிறார்கள். அவர் அமைச்சரின் மகளின் கணவர்.

சிறையில் அமைச்சரின் மகள் தன் கணவனுக்கு ஒரு பழக்கூடையை அளிக்கிறாள். கடுமையான கண்காணிப்புக்கு உரிய அந்தக்கைதிக்கு அப்படி ஏதும் கொடுக்கலாகாது என்பது அதிகாரிக்குத் தெரியும். ஆனால் வேறு வழியில்லை. அந்தக்கூடைக்குள் அமைச்சரின் மகள் சில தடைசெய்யப்பட்ட ரகசிய ஆவணங்களை மறைத்து தன் கணவருக்குக் கொடுக்கிறார். தன் மகளை அணைத்து முத்தமிட்டு கொஞ்சுகிறார் கைதி. அவர்கள் கிளம்பிச்செல்கிறார்கள்.

இப்படி ஒரு திரைக்கதை எழுதினால் சினிமாவில் அதை செயற்கை யானது, நம்பமுடியாதது என்று சொல்லிவிடுவார்கள். ஆனால் இது கற்பனையே கலக்காத நேரடியான சுயசரிதை ஒன்றில் வரும் நிகழ்ச்சி. இந்தியக் கம்யூனிஸ்டுக்கட்சியின் மூத்த தலைவரான என்.கே. கிருஷ்ணனின் சுயசரிதை அது. அவரது மனைவி பார்வதி கிருஷ்ணன் புகழ்மிக்க குமாரமங்கலம் ஜமீன் குடும்பத்தைச் சேர்ந்தவர். அந்தக் குடும்பமே அரசியலாலும் கல்வியாலும் உயர்பதவிகளாலும் இந்திய தேசத்தின் தலைவிதியை தீர்மானிப்பதில் பங்கு கொண்டது. பார்வதி கிருஷ்ணனின் தந்தை டாக்டர் சுப்பராயன் ராஜாஜியை ஆதர்சமாகக் கொண்ட காங்கிரஸ் தலைவர்.

கேரளத்தில் இரிஞ்ஞாலக்குடா அருகே உள்ள நடவரம்பு என்ற கிராமத்தில் ஒரு நடுத்தர தமிழ்ப் பிராமணக் குடும்பத்தில் 1913ல் பிறந்த கிருஷ்ணன் சிறுவயதிலேயே படிப்பில் மிகச்சூட்டிகையானவராக இருந்தார். நான்காம் வகுப்பு படிக்கும்போது கொச்சி அரசாங்கத்திலேயே முதல் மாணவராக வந்து உதவித்தொகை பெற்றார். பின்னர் உதவித்தொகைகள் பெற்றே படிப்பைத் தொடர்ந்தார்.

1930 ல் பள்ளியிறுதியை முடித்தபின்னர் மேற்கல்வி கற்பதற்காக சென்னைக்கு வந்தார். பிரசிடென்ஸி கல்லூரியில் கணிதவியலில் எம்.ஏ படிக்க ஆரம்பித்தார். அங்கேதான் தேசிய இயக்கத்தொடர்பு ஏற்பட்டது. சுதந்திரப்போராட்டம் உண்மையான வீச்சைப்பெற ஆரம்பித்திருந்த காலகட்டம் அது. கணிதப்படிப்பில் ஆய்வுசெய்யும் கனவுடன் 1934ல் அவர் லண்டனுக்குப் பயணமானார்.

லண்டனில் படிக்கும்போது இந்திய மாணவர் சங்கத்தில் சேர்ந்து இந்திய தேசிய விடுதலைக்காகப் போராடினார் கிருஷ்ணன். அப்போது கிருஷ்ண மேனனின் உறவு உருவாயிற்று. கிருஷ்ண மேனனின் இந்திய தேசிய லீகில் அவரது வழிகாட்டலில் பணியாற்றினார். தொடர்ச்சியாக அரசியல் கொந்தளிப்புகள் நடந்துகொண்டிருந்த அந்தக்காலத்தில் விரைவிலேயே அவர் கம்யூனிஸ்டாக உருமாறினார். 1936ல் அவர் கம்யூனிஸ்டுக்கட்சியின் உறுப்பினரானார். அதன்பின் 1988 ல் இந்திய கம்யூனிஸ்டுக் கட்சியின் எல்லா பதவிகளிலிருந்தும் விலகும்வரை ஐம்பத்துமூன்று வருடங்கள் அவர் தொய்வில்லாது பொதுவுடைமைப் பணியாற்றினார்.

கிருஷ்ணனின் தன்வரலாற்றில் பெரும்பாலும் அவரது சொந்த வாழ்க்கை இல்லை. ஏனென்றால் அப்படி ஒரு வாழ்க்கையை அவர் பிரித்துப் பார்க்கவில்லை. அவரது வரலாறென்பது இடதுசாரி இயக்கத்தின் வரலாறேதான். 1939 ல் அவர் இந்தியா திரும்பினார். இந்திய சுதந்திரப்போராட்டத்தினூடாக உலகப்போரின் பின்னணியில் இந்தியாவில் கம்யூனிஸ்டுக் கட்சி மெல்லமெல்ல உருவாகி வலுப்பெறுவதை, சுதந்திரத்துக்குப் பின்னர் அது காங்கிரஸ் கட்சியால் தடை செய்யப்படுவதை, தடை மீண்டு ஜனநாயகப்பாதைக்குத் திரும்புவதை, தொழிற்சங்க இயக்கம் மூலம் மெல்ல மெல்ல அது பரவுவதை, வலதுசாரி இடதுசாரியாக பிளவுபட்டு பலவீனமடைவதை அவரது சுயசரிதை வாயிலாக விரிவான தகவல்களுடன் காண்கிறோம்.

கிருஷ்ணனின் இரும்பாலான வரலாற்றில் ஒரு மெல்லிய சரிகை இழையாக அவருக்கும் பார்வதிக்கும் இடையேயான காதல் ஊடாடிச் செல்வதைக் காணலாம். அவர் பார்வதியை லண்டனில்தான் சந்திக்கிறார். ஆனால் அந்தச் சந்திப்பு குறித்து அவர் எதுவும்

எழுதவில்லை. எழுபத்தி ஆறாம் வயதில் தன் வாழ்க்கையைப்பற்றிச் சொல்லும்போதுகூட அவரது நினைவில் இனிமையை நிறைக்கும் அனுபவமாகவே அது இருக்கிறது, என்றாலும் அதை விரிவாக எழுத அவரது கம்யூனிஸ்டு மனம் ஒப்புவதில்லை. அவர்களிடையே தோழமையும் பின்பு காதலும் உருவாகி வலுப்பெறுகிறது.

ஒரு காட்சி அவரது நேரடியான, சுருக்கமான குறிப்புகள் வழியாக ஒற்றை வரியாக மின்னிச்செல்கிறது. வி.கே.கிருஷ்ணமேனன் அக்காலத்தில் லண்டனில் இந்தியாவுக்கு ஆதரவான அனல் கக்கும் பேச்சாளராக இருந்தார். 'பிரிட்டனின் ஆட்சியில் சூரியன் அஸ்தமிப்ப தேயில்லை, ஏனென்றால் இரவில் பிரிட்டிஷாரை நம்பமுடியாதென அவன் அறிவான்' போன்ற நகைச்சுவைத்துணுக்குகளை அவர் அள்ளி இறைப்பார். அவரது கூட்டங்களுக்குச் செல்லும் பார்வதிக்கும் கிருஷ்ணனுக்கும் அவர் எந்த இடத்தில் எந்த நகைச்சுவையை சொல்வாரென நன்றாகவே தெரியும். அவர்கள் அதற்கு முன்னதாகவே கண்களால் பார்த்துச் சிரித்துக்கொள்கிறார்கள்.

இங்கிலாந்திலிருந்து திரும்பிய கிருஷ்ணன் கம்யூனிஸ்டுக் கட்சியில் சேர்ந்து தீவிரமாகக் கட்சிப்பணியாற்றிக் கொண்டிருந்தார். அப்போது பார்வதி லண்டனில் ஆக்ஸ்போர்டில் படித்துக்கொண்டிருந்தார். 1941 இறுதியில்தான் அவர் நாடுதிரும்பினார். இந்த வருடங்களில் கிருஷ்ணன் தொடர்ச்சியாக பார்வதிக்குக் கடிதங்கள் எழுதிக் கொண்டிருந்தார். அலுவலகப் பணியாற்றிய இன்னொரு தோழரான சாந்தாராம் என்பவர்தான் அந்தக்கடிதங்களை கட்சிப்பணியில் அலைந்து திரிந்த கிருஷ்ணனிடமிருந்து பெற்று பார்வதிக்கு அனுப்பி வைப்பார்.

இது கட்சிக்கட்டுப்பாட்டை மீறிய செயலாதலால் கிருஷ்ணனுக்கு குற்றவுணர்ச்சி இருந்தது. ஆனால் சாந்தாராம் அவரது உணர்வுகளைப் புரிந்துகொண்டு கட்சிக்கட்டுப்பாட்டை மீறியது பெரிய தவறல்ல என்று கிருஷ்ணனை தேற்றினார். பின்னர் 1942ல் பார்வதியை கிருஷ்ணன் திருமணம் செய்துகொண்டபோது பார்வதியை சாந்தாராம் 'இரக்கமற்ற சொற்களால்' தாக்கினார் என்கிறார் கிருஷ்ணன். கட்சிக் கட்டுப்பாட்டை மீறிய ஒரு செயலாக அதை அவர் வர்ணித்தார்.

அந்த உணர்ச்சியை ஐம்பதாண்டுக்காலம் கழிந்தும் கிருஷ்ணனால் புரிந்துகொள்ள முடியவில்லை. அதற்கு ஒரே விளக்கம்தான் இருக்க முடியும். ஆரம்பத்தில் ஒரு எளிய ஆண்பெண் ஈர்ப்பாக மட்டுமே சாந்தாராம் அந்தக் காதலைக் கண்டிருப்பார். ஆனால் பின்னர் அது சமூகத்தடைகளை எல்லாம் தாண்டி முழுவாழ்நாளையும் ஒளிமய மாக்கியபடி நீடிக்கக்கூடிய அமரத்துவம் வாய்ந்த ஒரு காதல் என்பதை

அவர் புரிந்துகொண்டபோது அவரது எளிய மனத்தால் கிருஷ்ணனின் அந்த அதிருஷ்டத்தைத் தாங்கிக்கொள்ள முடியவில்லை அவ்வளவு தான்.

பார்வதியை மீண்டும் சந்தித்ததை முடிந்தவரை சாதாரணமாகச் சொல்ல கிருஷ்ணன் முயன்றாலும் அதில் உணர்ச்சி கலக்கிறது. சிறையிலிருந்து விடுபட்டு அலுவலகம் திரும்பியதும் ராஜாஜியைச் சந்திக்கும்படி அப்போதைய கட்சித்தலைவர் பி.ஸி.ஜோஷி ஆணையிடுகிறார். ஆகவே கிருஷ்ணன் சென்னைக்கு வந்தார். அங்கே அந்தச் சந்திப்புக்கு பார்வதி ஏற்பாடு செய்தார். அப்போது சோவியத் நண்பர்கள் சங்கம் என்ற அமைப்பில் எஸ்.ராமகிருஷ்ணன், மணலி கந்தசாமி ஆகியோருடன் இணைந்து அவர் மாணவர் மத்தியில் பணியாற்றிக் கொண்டிருந்தார்.

'அச்சந்திப்பு குறித்த நினைவுகள் என்றும் மங்காதவை. சென்னையில் நான் தங்கியிருந்த காலம் முழுவதும் நாங்கள் முடிவற்று பேசிக் கொண்டே, மீண்டும் மீண்டும் பேசிக்கொண்டே இருந்தோம். அரசியல் பற்றி, இன்னும் பல விஷயங்கள் பற்றி பேசிக்கொண்டே இருந்தோம். 1939 ஜுனில் லண்டனில் நாங்கள் பிரிந்ததில் இருந்து கழிந்துபோன ஏராளமான சம்பவங்கள் நிரம்பிய அக்காலகட்டம் குறித்தும் எங்களது பல்வேறு அனுபவங்கள் குறித்தும் நாங்கள் எங்களிடையே பரிமாறிக் கொள்ள வேண்டியிருந்தது' என்று கவனமாகச் சொல்கிறார் கிருஷ்ணன். என்ன பேசினால் என்ன, பேசப்படுவது காதல்தானே?

ராஜாஜி தன் நுண்ணுணர்வால் பார்வதிக்கும் கிருஷ்ணனுக்குமான உறவை உய்த்துணர்ந்து அதை அப்போதே பார்வதியின் தந்தை டாக்டர் சுப்பராயனிடம் சொல்லவும்செய்தார் என்கிறார் கிருஷ்ணன். அப்போது கிருஷ்ணனும் பார்வதியும் தாங்கள் காதலிப்பதை தாங்களே ஒப்புக்கொள்ளவில்லை, மணம்புரிய முடிவும் எடுக்கவில்லை! ராஜாஜி என்ன, அப்போது அவர்களைப்பார்த்த வழிப்போக்கர்களுக்குக்கூட அது தெரிந்த ரகசியமாகத்தான் இருந்திருக்கும்.

சுதந்திரத்துக்கு முந்தைய காலகட்டத்தில் கம்யூனிஸ்டுகளுக்கும் காங்கிரஸுக்கும் இடையே பெரிய அளவில் முரண்பாடுகள் இருக்க வில்லை. இருசாராரும் இணைந்து பணியாற்றும் களங்களும் இருந்தன. குறிப்பாக தொழிற்சங்க நடவடிக்கைகள், பாஸிஸ எதிர்ப்பு நடவடிக்கைகள் போன்றவற்றில். 1942ல் சேலத்தில் நடைபெற்ற கம்யூனிஸ்டுக் கட்சியின் மாநாடுதான் தமிழகத்தில் கட்சி வளர்ச்சிக்கு வழிவகுத்த திருப்புமுனை. அதில் கலந்துகொள்வதற்காக கிருஷ்ணன் சேலம் வருகிறார். அங்கிருந்து திருச்செங்கோட்டுக்குச் செல்கிறார். அங்கே டாக்டர் சுப்பராயனுக்குச் சொந்தமான பெரிய பூர்வீக மாளிகையில்

தங்கினார். சுப்பராயனின் மனைவி திருமதி ராதாபாய் அவர்கள் அவர் அங்கே தனியான குடியிருப்புப் பகுதி ஒன்றில் தங்கியிருந்து கட்சிப்பணி ஆற்ற உதவினார்.

சுப்பராயனின் குடும்பத்தைப்பற்றி கிருஷ்ணன் விரிவாகச் சொல்கிறார். டாக்டர் சுப்பராயன் வசதியான ஜமீன்தார் குடியில் பிறந்தபோதிலும் காந்தியின் கொள்கைகளாலும் ராஜாஜியின் ஆளுமையாலும் பெரிதும் கவரப்பட்டு காங்கிரஸ் கட்சியில் இணைந்து தீவிரமாக சுதந்திரப் போராட்டத்தில் ஈடுபட்டார். பலமுறை அதற்காகச் சிறைசென்றார். மங்களூர் கொங்கணி பிராமணக் குடும்பத்தில் பிறந்தவரான ராதாபாயின் தந்தையார் ஹரிஜன நலப்பணியில் தன்னை ஈடுபடுத்திக் கொண்டவர். அவரை காந்தி வியந்து பாராட்டியிருக்கிறார்.

ராதாபாய் அவரது சமூகத்தில் முதல் பட்டதாரிப்பெண். சென்னை பல்கலையின் முதல் செனெட் உறுப்பினர் அவரே. பின்னர் முதல் சிண்டிகேட் உறுப்பினராகவும் இருந்தார். முதலாவது வட்டமேஜை மாநாட்டில் கலந்துகொண்ட இரண்டு பெண்மணிகளில் ஒருவர் அவர். சர்வதேச தொழிலாளர் அமைப்பின் இந்திய தூதுக்குழுவின் முதல் பெண் உறுப்பினரும் அவரே. 1928ல் மத்திய சட்டமன்றத்துக்கு தேர்ந்தெடுக்கப்பட்ட முதல் பெண் அவர்தான்.

தமிழகத்து காங்கிரஸில் பல பதவிகளை வகித்த டாக்டர் சுப்பராயன் பின்னர் அகில இந்திய காங்கிரஸ் தலைவராகவும் பணியாற்றினார். நேருவின் மந்திரிசபையில் அமைச்சராக இருந்தார். மகாராஷ்டிரத்தின் கவர்னர் பதவி வகித்தார். பொதுவாக அவர் இடதுசாரிகளுக்காக நேருவிடம் வாதாடக்கூடியவராக இருந்தார். ராதாபாய்-டாக்டர் சுப்பராயன் திருமணம் காந்தியின் ஆசியுடன் ராஜாஜி தலைமையில் நடந்த ஒன்று. அவர்களின் மகள்தான் பார்வதி.

சுப்பராயன் குடும்பமே உயர்பதவிகளால் அலங்கரிக்கப்பட்ட ஒன்று. பார்வதியின் மூத்த சகோதரர் பரமசிவம் ராணுவ அதிகாரியாகப் பணியாற்றி இந்திய ராணுவத்தளபதி பதவியை அடைந்து ஓய்வு பெற்றார். இரண்டாவது அண்ணாவாகிய கோபால் இறுதிவரை உறுதியான கம்யூனிஸ்டாக இருந்தார். நிலக்கரித்தொழிலை நாட்டுடைமை ஆக்கியவர் அவரே. இந்தியப்பொதுத்துறையின் சிற்பி என்று அவர் மதிப்பிடப்படுகிறார். பார்வதியை கம்யூனிஸ்டுக் கட்சிக்குக் கொண்டுவந்தவரும் அவரே.

பார்வதியின் தம்பி மோகன் குமாரமங்கலம் கம்யூனிஸ்டுக் கட்சியில் பணியாற்றினார். பின்னர் காங்கிரஸில் சேர்ந்து மத்திய அரசில் நிதியமைச்சராக இருந்தார். இந்திராகாந்தியின் அமைச்சரவையில்

இரும்பு உருக்குதுறை அமைச்சராக இருந்தபோது விபத்தில் மரண மடைந்தார். மோகன் குமாரமங்கலத்தின் மகன் ரங்கராஜன் குமாரமங் கலம் மத்திய அமைச்சராக இருந்தார்.

1942ல் திருச்செங்கோட்டில் தங்கியிருந்த நாட்களில் கிருஷ்ணனும் பார்வதியும் திருமணம் செய்துகொள்ள முடிவெடுத்தார்கள். தன் முடிவை கிருஷ்ணன் தந்தையிடம் தெரிவித்தபோது 'உன் விருப்பம், ஆனால் பெரும்பணக்கார வீட்டுப்பெண்ணான பார்வதி உன்னுடைய வறுமையான வாழ்க்கைச்சூழலுக்கு ஒத்துவருவாளா என்று யோசித்துக் கொள்' என்றுமட்டும் அவர் சொன்னார். ஆனால் பார்வதியும் தன்னுடன் முழுநேரக் கட்சிப்பணிக்குத்தான் வருகிறார் என்று கிருஷ்ணன் சொன்னார். சுப்பராயன் குடும்பத்திலிருந்து எந்த ஆட்சேபணையும் எழவில்லை. முழுமையாக கருத்துச் சுதந்திரம் நிலவிய குடும்பம் அது.

1942ல் காங்கிரஸ் 'வெள்ளையனே வெளியேறு' போராட்டத்தை அறிவித்தது. ஃபாஸிசத்துக்கு எதிரான போரில் பிரிட்டனின் கரங்களை வலுப்படுத்தவேண்டும் என்று எண்ணிய கம்யூனிஸ்டுக் கட்சி அதை எதிர்த்தது. காங்கிரஸ் கட்சிக்கும் கம்யூனிஸ்டுக்கட்சிக்கும் இடை யேயான நிரந்தரமான மனக்கசப்புக்கான தொடக்கம் இதுவே. இக்கால கட்டத்தில் பி.ஸி.ஜோஷி தலைமையில் பம்பாயில் ஒரு கம்யூன் ஆரம்பிக்கப்பட்டது. அதில் ஜோஷி, பி.டி.ரணதிவே ஜி.அதிகாரி போன்றவர்கள் அதில் தங்கி வாழ்ந்தார்கள்.

ஏறத்தாழ 90 தோழர்கள் அங்கே தங்கியிருந்தார்கள். நிதிவசதி மிகக் குறைவாக இருந்தது. பார்வதியும் கிருஷ்ணனும் மோகன் குமார மங்கலமும் பல தொழிலாளர் குடியிருப்புகளுக்குச் சென்று நன்கொடை களையும் தேவையான தானியங்களையும் மலிவான துணிகளையும் சேகரித்துக்கொண்டு வந்து சேர்ப்பார்கள். அங்கேதான் கிருஷ்ணன் பார்வதியை எளிய முறையில் திருமணம் செய்துகொண்டார். 1942 டிசம்பர் ஏழாம் தேதி மிக எளிமையான முறையில் அவர்களின் மணம் நடைபெற்றது.

'அது ஒரு இனிமையான குளுமை வாய்ந்த காலைப்பொழுது என்பதை நான் நினைவில் கொண்டுள்ளேன். எங்கள் மீது சூரிய ஒளி பிரகாசித்தது. அந்நிகழ்ச்சியினைக் கண்டு இயற்கை இறும்பூது எய்தியதுபோலும். எங்களுடைய மூன்றுசாட்சிகளுடன் நேராக நாங்கள் இருவரும் பதிவாளர் அலுவலகத்துக்குச் சென்றோம். ஏ.எஸ்.ஆர்.சாரி, ஏ.எஸ்.வைத்யா மற்றும் மோகன் குமாரமங்கலம். இறுதிக்கட்டத்தில் திருமணப்பதிவுக் கட்டணத்தைக் கட்ட என்னிடம் பணமில்லை என்று அறிந்து மிகவும் கையறுநிலையில் இருந்தேன். பின்னர் அப்பணத்தை

மோகனிடமிருந்து கைமாற்றாக வாங்கினேன். திருமணப்பதிவுக்குப் பின்னர் நாங்கள் ஐவரும் ஒரு ஈரானி டீக்கடைக்குச் சென்று ஐஸ்கிரீமும் டீயும் அருந்தினோம். அதுதான் எங்கள் திருமண விருந்து... 'என்று அந்நிகழ்ச்சியை சித்தரிக்கிறார் கிருஷ்ணன்.

'அடுத்தநாள் ராஜ்பவனில் இருந்த பொது அறையில் ஒரு கூட்டம் நடைபெற்றது. அங்கு நாங்கள் இருவரும் கட்சி உறுதிமொழி எடுத்துக் கொண்டோம். அந்த நிகழ்ச்சியில் அனைவருக்கும் டீயும் பிஸ்கெட்டும் வழங்கப்பட்டன.' அந்த கம்யூனில் அவர்கள் தங்குவதற்கு ஒரு அறை ஒதுக்கப்பட்டது. அவர்களின் குடும்பவாழ்க்கை அவ்வாறாகத் தொடங்கியது. கிருஷ்ணனின் நினைவில் கடும் உழைப்புடன் நெருக்கி யடித்துக்கொண்டு வாழ்ந்த அந்த கம்யூன் வாழ்க்கையே பொற்காலமாக துலங்குவதை அவரது தன்வரலாற்றில் காண்கிறோம்.

பார்வதி அப்போது ஜோஷியின் தட்டச்சு உதவியாளராக இருந்தார். கட்சி துடிப்புடன் இயங்கிய தருணம் அது. ஆகவே கடுமையான வேலை. தினமும் 11 மணிக்கு கிருஷ்ணனும் பார்வதியும் டீ குடிக்கச் செல்வார்கள். அருகே உள்ள ஈரானி கடைக்குச்சென்று ஒரு கோப்பை தேநீர் வாங்கி அதை இருவருமாகப் பகிர்ந்து குடிப்பார்கள். இரண்டு கோப்பை தேநீர் வாங்க பணம் இருக்காது. அதன்பின் அரைமணிநேரம் இருவரும் அரட்டை அடிப்பார்கள்.

1943 ல் அவர்களுக்கு பெண்குழந்தை பிறந்தது. அதற்கு இந்திரா என்று பெயரிட்டார்கள். கிருஷ்ணனின் நேரு மீதான மனச்சாய்வு அதற்குக் காரணமாக இருக்கலாம். பிரசவத்துக்காக பார்வதி சென்னைக்கு வந்திருந்தார். குழந்தையைக் காணச்செல்ல கிருஷ்ணனுக்கு அவகாசம் கிடைக்கவில்லை. சற்று பிந்தித்தான் அவர் சென்னைக்குச் செல்ல முடிந்தது. கடுமையான மழையால் சென்னையே வெள்ளத்தில் மிதந்துகொண்டிருந்த நாட்கள் அவை. ஆகவே ஆவடியோடு ரயில்கள் நின்றுவிட்டன. கிருஷ்ணன் ரயிலிறங்கி பேருந்தில் ஏறி முழங்கால் வரை நீரில் நடந்து பார்வதி தங்கியிருந்த அவரது அண்ணாவின் இல்லத்துக்கு வந்தார்.

'அவர்களின் இல்லத்தை அடைந்தபோது குடும்பத்தினர் அனைவரும் கதவை தாழிட்டுக்கொண்டு உள்ளே இருந்தார்கள். ஆனால் வெளியே இருந்த தோட்டத்தின் புல்வெளியில் பிரகாசமான சூரிய ஒளியில் அழகிய பெண்குழந்தை தனியாக தூங்கிக்கொண்டிருந்தது. கம்பீரத் தோற்றமுடைய செயல்திறன் கொண்ட சாலி என்ற நாய் அக்குழந்தையை விசுவாசமாக பாதுகாத்து நின்றது. அந்த சாலி என்ற நாய் பார்வதியின் அண்ணா பரமசிவத்துடையது. அவர் யுத்தப்பணி

களுக்காக வெளிநாடு சென்றிருந்தார். அங்கே பிடிபட்டு இத்தாலியில் யுத்தக்கைதியாக இருந்தார்... எனது குழந்தையை முதன்முதலாகப் பார்த்தபோதே மயங்கிவிட்டேன்...' என்கிறார் கிருஷ்ணன்.

1944 முதல் குழந்தையுடன் பார்வதி மீண்டும் கம்யூனில் தங்குவதற்காக வந்தார். இருவருக்கும் தொடர்ச்சியாக கடும் கட்சிப்பணிகள் இருந்த மையால் அப்போது அலுவலகத்தில் எந்தத் தோழர்கள் இருக்கிறார் களோ அவர்கள் இந்திராவை வளர்த்தார்கள். தன் ஐந்துவயதுவரை இந்திரா அந்த கம்யூனில்தான் வளர்ந்தாள்.

இந்திராவின் இளமைப்பருவத்து வாழ்க்கையை அவ்வப்போது சிறிய தகவல்கள் வழியாக சொல்லிச்செல்கிறார் கிருஷ்ணன். கிருஷ்ணனும் பார்வதியும் சிறையில் இருக்கும்போது இந்திராவை சிலமுறை கேரளத்தில் அவரது தாய்தந்தையரின் வீட்டில் விட்டுச்செல்கிறார்கள். அங்கே பக்கத்துவீட்டுப் பெண்கள் 'உன் அம்மா அப்பா எங்கே? 'என்று கேட்டு குழந்தையை வதைக்கிறார்கள். ஏற்கனவே பெற்றோரைப் பிரிந்து ஆழமான அதிர்ச்சியில் இருக்கும் குழந்தை அழுகிறது. பின்னர் அதுவே மூர்க்கமான ஒரு பதிலை உருவாக்கிக்கொள்கிறது 'என் அப்பா அம்மா ரெண்டுபேரும் செத்துப்போயிட்டாங்க.'

நாற்பதுகளின் இறுதி என்பது கம்யூனிஸ்டுக்கட்சிக்கு கடுமையான காலகட்டம். காங்கிரஸில் வலதுசாரிகளின் குரல் ஓங்கியது. கம்யூ னிஸ்டுக்கட்சி தடைசெய்யப்பட்டு பெரும்பாலானவர்கள் சிறையில் அடைக்கப்பட்டார்கள். வேலூர் சிறையில் கிருஷ்ணன் இருந்தார். அப்போது சென்னை மாநிலத்தில் அமைச்சராக இருந்த சுப்பராயன் தன் பேத்தி இந்திராவுடன் சிலமுறை கிருஷ்ணனைச் சந்திக்க வருகிறார். இந்திராவை பார்ப்பது தனக்கு மிக வேதனையூட்டும் அனுபவமாக இருந்தது என்று சொல்கிறார் கிருஷ்ணன். சிறையில் இருக்கும் தன் அப்பாவைப் பார்க்கும்போது இந்திராவுக்கும் துயரம். தன்னையும் அப்பாவுடன் சேர்த்து அடைத்துவிடும்படி அவள் கேட்கிறாள்.

காமராஜ் ஒருமுறை சுப்பராயன் வீட்டுக்கு வந்து இந்திராவைக் கொஞ்சும்போது 'என் அப்பாவை என் தாத்தா ஜெயிலில் அடைத்து வைத்திருக்கிறார். என் அப்பா ஏழை. அப்பாவை தினமும் ராத்திரி கட்டிப்போடுகிறார்கள்' என்று இந்திரா காமராஜிடம் சொல்கிறாள். காமராஜ் பின்னர் பார்வதியைச் சந்தித்தபோது அதைச் சிரித்தபடி சொன்னார்.

தீவிரமான அரசியல் தகவல்களின் நடுவே பார்வதியும் கிருஷ்ணனும் வாழ்ந்த வாழ்க்கையின் சித்திரம் ஆங்காங்கே மெல்லிய குறிப்புகளாக வந்துகொண்டே இருக்கிறது இந்நூலில். அவர்கள் பலவருடங்கள்

கட்சி அளித்த உதவித்தொகையை ஏற்கவில்லை. பார்வதியும் கிருஷ்ணனும் கோவையில் ஆங்கிலமும் கணிதமும் கற்றுக்கொடுக்கும் தனியார் பயிற்சிப்பள்ளி ஒன்றை நடத்தி அந்த குறைந்த வருமானத்தி லேயே வாழ்ந்தார்கள். கட்சிப்பணி அதிகமாகும்போது அந்த வேலை யையும் குறைத்துக்கொண்டு செலவுகளைச் சுருக்கிக் கொண்டார்கள். பார்வதி பின்னர் பாராளுமன்ற உறுப்பினராக ஆனபோது அந்த வருமானத்தில் வாழ்ந்தார்கள்.

ஒருமுறை டாக்டர் சுப்பராயனின் நண்பரான ஜி.டி.நாயுடு அவர்களின் இல்லத்துக்கு வந்தார். அப்போது அவர்கள் வீட்டில் அமர்வதற்கான நாற்காலி பெஞ்ச் ஏதும் கிடையாது. ஜி.டி.நாயுடு உடனடியாக அவர்கள் இல்லத்துக்குத் தேவையான மரச்சாமான்களை வாங்கி ஒரு லாரியில் அனுப்பி வைத்தார். அவர்கள் வாழ்க்கையில் எப்போதும் அன்புகொண்ட தொடர்ந்து உதவிசெய்கிற நண்பராக ஜி.டி.நாயுடு இருந்தார். அதேசமயம் மிக உறுதியான கம்யூனிஸ எதிர்ப்பாளர் அவர். 1974ல் ஜி.டி.நாயுடு இறப்பதற்கு முன்னர் கடைசியாக பார்வதியைப் பார்க்க அவர் டெல்லிக்கு வந்திருந்தபோது அவர்கள் வசித்த சின்னஞ்சிறு வீட்டின் மாடிப்படி ஏறமுடியாமல் தெருவில் காரிலேயே அமர்ந்து பேசியதாக கிருஷ்ணன் எழுதுகிறார்.

உறவுகளுக்கும் கடமைக்கும் இடையேயான நுண்மையான நூல்ப் பாலம் வழியாக வாழ்க்கை கடந்துசெல்லும் பல தருணங்களை கிருஷ்ணனின் சுயசரிதை சுட்டிச்செல்கிறது. கட்சி தடைசெய்யப்பட்ட காலகட்டத்தில் தேடப்பட்டுவந்த கிருஷ்ணன் ஒரு தலைமறை விடத்தில் வைத்து கடுமையான நிமோனியா நோய்க்கு ஆளானார். அதன் உச்சத்தில் மனச்சமநிலை இழந்து அவர் தெருவில் இறங்கி ஓடினார். அவரை தொழிலாளர்கள் கண்டுபிடித்து அலுவலகத்துக்குக் கொண்டுசென்றார்கள். அப்போது சென்னையில் பணியாற்றிக் கொண்டு கம்யூனில் வாழ்ந்துகொண்டிருந்தார் பார்வதி. அவருக்குத் தகவல் சொல்லப்பட்டது. மிகத்துணிச்சலாக கிருஷ்ணனை ரகசியமாக தன்னுடைய தந்தையின் மாளிகைக்குக் கொண்டுசென்று விட்டார் அவர். அப்போது டாக்டர் சுப்பராயன் சென்னை மாகாணத்தின் உள்துறை அமைச்சராக இருந்தார்!

அவர்களின் குடும்ப மருத்துவரான ஏ.சீனிவாசன் வரவழைக்கப்பட்டு கிருஷ்ணனுக்கு சிகிச்சை அளித்தார். அவர் ரகசியமாக கிருஷ்ணனை அவர் பணியாற்றிய அரசு மருத்துவமனையில் சேர்த்தார். ஒரு விசேட வார்டில் 'பார்வையாளர்களுக்கு அனுமதி இல்லை' என்ற போர்டுக்குப் பின் கிருஷ்ணன் சேர்க்கப்பட்டு சிகிச்சை அளிக்கப்பட்டார். பத்துநாள் உயிருக்குப் போராடியபின் மெல்லமெல்ல கிருஷ்ணன் மீண்டுவந்தார்.

நோய் குணமான பின்பு அவரை பிணம் கொண்டுசெல்வதற்காக இருந்த சிறிய கதவின் வழியாக வெளியே நின்ற காருக்குக் கொண்டுசென்று தப்பச்செய்தார் டாக்டர்.

டாக்டர் சுப்பராயனுக்கு மருமகன் தன் வீட்டில் இருப்பது தெரியும். அவரைக் கைதுசெய்ய ஆஸ்பத்திரியின் எல்லா வாசல்களிலும் ஆளை நிறுத்தி வைத்திருந்தார் அவர். ஆனாலும் கிருஷ்ணன் தப்பிவிட்டார். நோயுற்றிருந்த மருமகனைக் கைதுசெய்ய சுப்பராயனின் மனம் ஒப்பவில்லை. இந்த சம்பவத்தைப்பற்றி அவர் பின்பு தன் மந்திரி சபைக்குத் தெரிவித்தார். அவரை ஒருவரும் எதிர்க்கவில்லை. அவரது நேர்மையை எவரும் ஐயப்படுவதில்லை. ஆனால் சுப்பராயன் கடுமையான மன உளைச்சலுக்கு உள்ளாகி அவரே கோரி மந்திரி சபையிலிருந்து விடுபட்டு மகாராஷ்டிரத்தின் கவர்னராக பணியாற்றச் சென்றார்.

ஒரு இனிய காதல்கதை அதற்குரிய முடிவை நெருங்குவதைப்போல கிருஷ்ணன் தன் மகள் இந்திராவின் வளர்ச்சியைச் சொல்லிச் செல்கிறார். மருத்துவப்படிப்பை முடித்த இந்திரா தன்னுடன் படித்த மருத்துவரான மனஸ் தாஸ்குப்தாவை காதலித்து மணக்கிறார். அப்போது பாராளுமன்ற உறுப்பினராக இருந்த பார்வதியின் அதிகார பூர்வ இல்லத்தில் அந்த திருமணம் மிக எளிமையாக நடக்கிறது – பலவருடங்களுக்கு முன்னர் கிருஷ்ணன்-பார்வதி திருமணம் எப்படி நடந்ததோ அப்படி.

'1976 ஜனவரி 22 ஆம் நாள் என் குடும்பவாழ்க்கையில் ஒரு புதிய அத்தியாயம் தொடங்கியது. நான் தாத்தாவாகிவிட்டேன். அந்த நாளில் தான் பூர்ணிமா பிறந்தாள். அன்று அதிகாலையில் நான் கேஜி மருத்துவ மனைக்கு விரைந்தேன். அச்சிறு குழந்தையை கரங்களில் எடுத்துக் கொண்டு அவளுடைய சிறிய முகத்தை ஆசைதீரப் பார்த்துக் கொண்டிருந்தேன். எனது நினைவுகள் 1943ல் அவளின் தாயை சென்னையில் என் கரங்களில் ஏந்திக்கொண்டிருந்த நாட்களை நோக்கி திரும்பின.'

வாழ்க்கை இனியது. போராடும்போது மேலும் இனிதாகிறது. ஏனெனில் எல்லா போராட்டங்களும் வாழ்க்கை மீதான ஆழமான விருப்பத்தில் இருந்து பிறப்பவை.

(நம்பிக்கை ஒளி: ஒரு கம்யூனிஸ்டின் வாழ்க்கை வரலாற்று நினைவுகள், என்.கே.கிருஷ்ணன் - நியூ செஞ்சுரி புக் ஹவுஸ் பிரைவேட் லிமிடட். சென்னை. தமிழாக்கம் எல்.ஜி.கீதானந்தன்)

திரை சரியும் காலம்

இட்டத்தட்ட ஒரு நூற்றாண்டுக்கு முன்பு நடந்த நிகழ்ச்சி. சிவகங்கையில் பிரஹலாதன் நாடகம் முடிந்து பட்டாபிஷேகம் நடக்கும் நேரம். சிம்மாசனத்தில் பிரஹலாதனாக நடித்த சிறுவன் அமர்ந்திருந்தான். அன்று நாலைந்து பாடல்களை சிறப்பாகப் பாடி விட்டமையால் நிறைய கைத்தட்டல்களைப் பெற்றிருந்தான்.

நாடகம் முடிந்து மங்களம் பாடுவதற்கு முன்பு பரிசுகள் வழங்குவது அக்கால வழக்கம். அது ஒரு வகை வசூல் முறை. கட்டணம் வைத்துத் தான் கொட்டகையில் நாடகம் போடுவார்கள். அதன் பின்னர் புகழ் மொழிகளால் ஊருக்குள் உள்ள பெரிய மனிதர்களின் அகந்தையைத் தூண்டிவிட்டு மேடைஏறி பரிசுகள் தரச்செய்வார்கள். அதில் போட்டியை ஏற்படுத்துவதும் சீண்டிவிட்டும் ஏற்றிவிட்டும் பெரும் பரிசுகளை தரச்செய்வதும் நாடகக்காரர்கள் நன்றாகவே அறிந்த கலை.

ஒவ்வொருவராக மேடைக்கு வந்து பரிசுகளை வழங்கிக்கொண்டிருந்தார்கள். அப்போது பின்பக்கம் மேடையைக் கழற்றும் வேலை நடந்துகொண்டிருந்தது. அக்காலத்தில் மேடை முழுக்க முழுக்க காடாத்துணித் திரைகளில் வரையப்பட்டதாக இருக்கும். பெரிய மூங்கில்களில் அந்தத் திரைகளைக் கட்டி அப்படியே மேலேற்றி தொங்கவிடுவார்கள். காட்சி மாற்றத்துக்கு ஏற்ப ஒரு திரைமீது அடுத்த திரை சரியும்.

பிரம்மாண்டமான அரங்கத்திரைகளுக்கு மக்கள் மத்தியில் வரவேற்பு இருந்த காலம். புராண நாடகங்களுக்கு அரச சபை, தேவலோகம், நந்தவனம், அரண்மனை, போர்க்களம், காடு என்று விரிவான திரைகள் தேவையாக இருக்கும். மேலும் புராண நாடகங்களில் தேவர்கள் பறப்பது, மலைகள் விலகுவது போன்று பலவகையான தந்திரக்

காட்சிகளும் தேவைப்படும். அவற்றை மேலே எழுப்பிய மூங்கில் மீது கம்பி கட்டி பின்னால் நிற்பவர்கள் இயக்குவார்கள்.

அக்காலத்தில் ஒரு நம்பிக்கை இருந்தது. ஓர் ஊரில் நாடகம் கடைசிநாள் நடந்து முடியும்போது மங்களம் பாடியதுமே அத்தனை ரசிகர்களின் கண்முன்னாலும் மொத்த அரங்கையும் கழற்றி கீழே போட்டு விடுவார்கள். அதற்காக தேவையில்லாத திரைகளை பின்னாலிருந்து கழற்றிக்கொண்டே வருவார்கள். கடைசியில் பரிசுகள் வழங்கப்படும் போது இரண்டு திரைகள் மட்டுமே மிச்சமிருக்கும். பின்னால் திரைகள் கழற்றப்பட்டு தடால் தடாலென்று விழும் ஒலி கேட்டுக் கொண்டிருந்தது.

சட்டென்று சிறுவனின் அப்பா கடும்பீதியுடன் பக்கவாட்டில் தோன்றி ஏதோ கூவினார். பாண்ட் வாத்திய இசையில் அவனுக்கு அவர் சொல்வது கேட்கவில்லை. அவன் என்ன என்று கேட்டபடி எழுந்ததுமே அவன் தலைக்குமேல் இருந்த மிகக் கனமான தர்பார் திரை அதன் கனத்த மூங்கிலுடன் கழற்றப்பட்டு தடாரென்று விழுந்தது. சிறு இடைவெளியில் அவன் உயிர் பிழைத்தது மறு பிறவி. அப்பா பாய்ந்து வந்து மகனை அள்ளி மார்போடு சேர்த்துக்கொண்டு கதறி அழுதார்.

அந்தச்சிறுவன் சிறுவர் நாடக இயக்கம் வழியாக உருவான மாபெரும் நடிகர்களில் ஒருவரான ஔவை டி.கே.சண்முகம். நாகர்கோயிலைச் சேர்ந்த நாடக நடிகரான டி.எஸ்.கண்ணுசாமிப்பிள்ளையின் நான்கு மகன்களில் மூன்றாமவர். அவரது பிற மகன்கள் டிகே.சங்கரன். டி.கே.முத்துசாமி, டி.கே.பகவதி. 1918ல் சங்கரதாஸ் சுவாமிகளின் மதுரை தத்துவ மீனலோசனி வித்துவ பால சபாவில் அவர் தன் மகன்களுடன் சேர்ந்தார். அங்கே நாடகப்பயிற்சி பெற்ற டி.கே.சண்முகமும் சகோதரர்களும் பின்னர் சொந்தமாக ஸ்ரீ பால சண்முகானந்த சபா சபா ஆரம்பித்து தமிழகத்தின் வெற்றிகரமான நாடகக்குழுவினராக ஆனார்கள்.

அவர்கள் நடத்திய ஔவையார் நாடகத்தில் ஔவையாராக நடித்ததன் மூலம் டி.கே.சண்முகம் ஔவை சண்முகமாக ஆனார். திரைப்படத் துறையில் நுழைந்து சிறந்த குணசித்திர நடிகராகப் புகழ்பெற்றார். 1972ல் வெளிவந்த அவரது சுயசரிதையான 'எனது நாடக வாழ்க்கை' தமிழில் வெளிவந்த மிகச்சிறந்த சுயசரிதைகளில் ஒன்றாக இப்போது கருதப்படுகிறது. சீதை பதிப்பக வெளியீடாக இப்போது கிடைக்கிறது.

அக்கால நாடகம் எப்படி இருந்திருக்கும்? பல நாடகங்களை வாசித்துப் பார்க்கையில் அவை மூன்று கலைகளின் கலவை என்ற எண்ணம் ஏற்படுகிறது. தெருக்கூத்து முதல் பாதிப்பு. வண்ணத்திரைச்சீலைகள்

பெரிதும் பயன்படுத்தப்பட்ட பார்ஸி நாடகம் இரண்டாவது. மூன்றாவது, தமாஷா என்ற கலை. இருவர் மாறி மாறி கிண்டலும் கேலியும் போட்டிவிவாதமுமாக பேசிக்கொள்வது. இன்றும் இக்கலை மதுரையில் உண்டு. உரையாடலில் ஆபாசம் ஓர் அம்சம்.

அக்கால நாடகங்கள் பெருவாரியான ரசிகர்களின் தரத்துக்கே அமைக்கப்பட்டன. இன்று தமிழ்சினிமாவில் நீடிக்கும் பல அம்சங்கள், தனி நகைச்சுவைப்பகுதி, சம்பந்தமில்லாத ஆடல்கள் போன்றவை அக்கால நாடகங்களில்தான் உருவம் கொண்டன. துருவன் நாடகத்தில் ஒரு காட்சியை சண்முகம் சொல்கிறார். துருவனும் உத்தானபாதரின் மகன் உத்தமனும் நந்தவனத்தில் விளையாடுகிறார்கள். பாடல் இவ்வாறு

டென்னிஸ் புட்பாலடித்து
ரவுண்டர்ஸ் பிளே செய்திடுவோம்
டிபன் பாக்ஸை எடுத்து
டீ காபி பார்த்திடுவோம்!

இதை ரசிக்கும் மக்களுக்கு கலையின் நம்பகத்தன்மை ஒரு பொருட்டாகவே இருந்திருக்காது. அது கொஞ்சம் கலையை தொட்டுக் கொண்ட ஒரு கேளிக்கை மட்டுமே.

சண்முகத்தின் வாழ்க்கை எப்படிப்பட்டது? நான்குவயதில் அவர் நாடகநடிகராக ஊர்கள் தோறும் அலைய ஆரம்பித்துவிட்டார். தமிழ் நாட்டில் அவரது கால்கள் படாத பெரிய ஊர்களே இருக்க இயலாது. அப்படியே அரை நூற்றாண்டுக்காலம்! கடைசியில் அவர் தன் வரலாற்றை எழுத ஆரம்பிக்கும்போது அவ்வரலாறு மனித முகங்களின் கொந்தளிப் பாக இருக்கிறது. சண்முகத்தின் வழியாக காலத்தில் மறைந்த மனிதர் களின் குரல்களும் முகங்களும் ஓடி மறைகின்றன. நூலைப்படித்து முடிக்கும்போது ஒரு காலகட்ட வரலாற்றைக் காட்டிவிட்டு ஒளி சுருங்கி அணைந்த தொலைக்காட்சிப் பெட்டியைப் பார்த்த உணர்ச்சியே ஏற்படுகிறது.

விதவிதமான மனிதர்கள். கலைகளுக்கே உரிய வசீகரத்துடன் நாடகம் மனிதர்களை பித்துப்பிடிக்கச் செய்கிறது. கலைஞர்களை வேறு ஏதோ உலகைச் சேர்ந்தவர்களாக எண்ணி வழிபடும் மனிதர்கள். புதியம் புத்தூரில் கருப்பண்ணன் என்ற சண்டியரைச் சந்திக்கிறார்கள். அவர் ஒருநாள் ஒரு பெண்கள் கூட்டத்தை கூட்டிவருகிறார். இவர்களெல்லாம் யார் என்று சண்முகம் கேட்கிறார். 'எல்லாரும் என் மனைவிகள்... உங்களைப் பார்க்க ஆசைப்பட்டார்கள்' என்று கருப்பண்ணன் சொல்கிறார். அவருக்கு பதினாறு மனைவிகள்.

நாடகம் ஒரு ஊரில் முடிந்ததும் குழு கிளம்பும்போது அந்தப்பிரிவை ஏற்க முடியாமல் கூடவே கிளம்பி வருகிறார்கள் பலர். அவர்களை நாடகக்குழுத் தலைவர் கூப்பிட்டு குடும்பத்தைக் கவனிக்கச் சொல்லி அறிவுரை சொல்லி அனுப்புகிறார். இருந்தும் விடாமல் வந்து மெல்ல நாடகக்காரராகவே ஆகிவிடுபவர்கள் உண்டு. நாடகம் நடக்கும் ஊரில் நாடகக்குழுவுடனே தங்கியிருக்கிறார்கள். அகப்பட்டதையெல்லாம் கொண்டு வந்து நாடக நடிகர்களுக்கு அளிக்கிறார்கள்.

அதே சமயம் அன்று கூத்தாடிகள் என்று நாடகநடிகர்களுக்கு வசையும் உண்டு. அவர்கள் பெண்களை மயக்கி கூட்டிக்கொண்டு ஓடிவிடு வார்கள் என்று நம்பினார்கள் என்று சொல்லும் சண்முகம் அதில் உண்மையும் உண்டு என்கிறார். குடி அக்காலத்து நடிகர்களை ஆட்டு வித்து சீரழித்தது. உண்மையில் நடிகர்கள் அன்றும் பணத்தில் தான் கொழிக்கிறார்கள். சண்முகம் சிறு குழந்தையாக நாடகத்தில் நடிக்கச் செல்லும்போது அவருக்கு மாத ஊதியம் பத்து ரூபாய். ஒரு போலீஸ்காரர் மாதம் ஏழு ரூபாய் வாங்கிய காலம் அது. ஆனாலும் அவர்களிடம் பணம் இருப்பதில்லை. காரணம், குடிதான்.

சண்முகத்தின் அப்பாவும் பெரும் குடிகாரர். சண்முகமும் சகோதரர் களும் அந்த நாடகநடிகர்களில் இருந்து மேலெழுந்து நாடகக்குழு அமைத்து வெற்றிகண்டு செல்வந்தர்களாக ஆனதற்கு அவர்களுக்கு குடி மீதிருந்த வெறுப்பே மையக்காரணம். ஆனால் நடிகர்கள் குடியை விடுவதும் எளிதல்ல. இரவுதோறும் விடிகாலை வரை நாடகம். விதவிதமான இடங்களில் உறக்கம். பல்வேறு வகை வேடங்களை எடுப்பதில் உள்ள மன அழுத்தம். அவை அவர்களின் தூக்கத்தை அழித்து விடுகின்றன. குடிக்காமல் தூங்க முடிவதில்லை.

சண்முகம் சின்னப்பையனாக இருக்கும்போது சென்னையில் நாடகம் போட வருகிறார். ஒற்றைவாடை அரங்கில் முதல்முறையாக அவர் மின் விளக்கு ஒளியில் நாடகம் நடிக்கிறார். சென்னையின் கலவைத்தண்ணீர் ஒத்துக்கொள்வதில்லை. ஆகவே காய்ச்சல். அப்பா அதற்கு கொடுக்கும் மருந்து பிராந்தி. அதைக்குடித்தால் தெம்பாக மேடை ஏறிவிடமுடியும். காய்ச்சல் தெரியாது. அப்படி உருவாக்கப்பட்டார்கள் நடிகர்கள். அவர்களின் வாழ்க்கையும் ஒரு பெரிய நாடகம்தான். ஏற்றம் இறக்கம் திருப்பம் எல்லாம் உள்ள கதை.

ஆனாலும் அவர்களின் கலையை வியந்து போற்றும் பெரிய மனிதர் களும் இருந்தார்கள். எட்டயபுரம் மன்னர் குமார எட்டப்ப மகாராஜா பெரிய நாடக ரசிகர் என்று கேள்விப்படுகிறார்கள். அவருக்காக அரண்மனையில் தனி நாடக நிகழ்ச்சி ஏற்பாடாகிறது. அங்கே சென்று

நடித்த குழுவினருக்கு பரிசுகள் வழங்கியபின் அவர்களுக்கு மகாராஜா ஒரு விருந்து அளிக்கிறார். அரசரின் அவையில் ஓர் படம் மாட்டப் பட்டிருக்கிறது. கோட்டு தலைப்பாகை பஞ்சகச்சத்துடன் இருக்கும் அவரை அரசகுலத்தவர் என்று எண்ணுகிறார்கள்.

'இவர் பிரபல நடிகர் கல்யாணராமையர். பெண்ணாக நடிப்பதற்கு அவரைப்போல இனி ஒருவர் பிறந்து வரவேண்டும். பாமாவிஜயத்தில் அவர் சத்யபாமாவாக நடித்தது என் கண்ணை விட்டு போகக்கூடாது என்பதற்காக அவர் படத்தை மாட்டி வைத்திருக்கிறேன்' என்று சொல்கிறார் மகாராஜா. அன்று மனோகரா நாடகத்தில் மனோகரனாக நடித்த சண்முகத்துக்கு தன் கழுத்தில் கிடந்த வைரம் பதித்த அரச சங்கிலியை கழற்றி போட்டுவிட்டார் மகாராஜா.

எத்தனை நடிகர்கள். வாத்தியார் பாட்டு சொல்லிக்கொடுக்கும்போது ஒவ்வொருமுறையும் ஒரு குறிப்பிட்ட வரிக்கு பீரிட்டுச் சிரித்து அவரைக் கடுப்பேற்றும் கலைவாணர் என்.எஸ்.கிருஷ்ணன், பேய் வேடமிட்டு பயமுறுத்தும் பிரண்டு ராமசாமி... அவர்கள் நாடகத்தை விட்டு சினிமாவுக்குத் தாவி தப்பிவிட்டவர்கள். ஆனால் அப்படி தப்ப முடியாமல் சேர்ந்து மூழ்கிய பலரை சண்முகம் சொல்லிச் செல்கிறார். பாய்ஸ் கம்பெனி நடிகர்களின் பட்டியலில் ஒவ்வொருவராகச் சொல்லி அவர்களின் நடிப்புத்திறனை வியந்து குறிப்பிட்டு அவர்கள் நாடகத்தால் கைவிடப்பட்டு வறுமைச்சூழலில் சில்லறை வேலைகள் செய்து வாழ்வதைச் சொல்லிச் செல்கிறார் சண்முகம்.

தமிழின் வாழ்க்கை வரலாறுகளில் பலசமயம் இன்னொருவர் மெல்ல மெல்ல கதாநாயகனாக திரண்டு வருவதுண்டு. உ.வே.சாமிநாதய்யரின் 'என் சரித்திரம்' மகாவித்வான் மீனாட்சி சுந்தரம் பிள்ளையின் வரலாறு. டி.செ.செள.ராஜனின் 'நினைவலைகள்' ராஜாஜியின் ஆளுமையின் சித்தரிப்பு. சண்முகத்தின் இந்த தன் கதையின் நாயகன் என்று சங்கரதாஸ் சுவாமிகளைக் குறிப்பிடலாம்.

மதுரை தத்துவ மீனலோசனி வித்து பால சபா என்னும் அமைப்பை நிறுவி தமிழின் பொதுஓட்ட நாடகத்துறையின் புத்தெழுச்சிக்கு காரணமாக இருந்தவர் சங்கரதாஸ் சுவாமிகள். துறவி. நாடக ஆசிரியர். நடிப்பு கற்றுத்தருவதில் நிபுணர். நாடகக்குழு உரிமையாளர். அவரது ஸ்ரீவள்ளி போன்ற நாடகங்கள் இன்றும் ஸ்பெஷல் நாடகம் என்ற வகை நாடகங்களாக தென் தமிழகத்தில் நடிக்கப்பட்டு வருகின்றன. ஒவ்வொரு நடிகரும் ஒவ்வொரு ஊரில் இருந்து வருவார்கள். மேடையில் சந்திப்பார்கள். ஒத்திகை இல்லாமலேயே நாடகத்தை நிகழ்த்துவார்கள். அந்த அளவுக்கு அந்நாடகங்கள் அனைவரும் அறிந்த நாடகப்பிரதிகள்

இன்றும். குறிப்பாக ஸ்ரீவள்ளியின் வள்ளி-முருக உரையாடல் பெரும்பாலான மக்களுக்கு மனப்பாடம்.

சங்கரதாஸ் சுவாமிகளின் முரட்டுத்தனமான குணத்தை கூர்மையாகச் சொல்லியிருக்கிறார் சண்முகம். சட்டென்று கோபம் வந்து அடிக்கப் பாய்ந்து வருபவர் அவர். புராணங்களில் அபூர்வமான தேர்ச்சி கொண்டவர். அவர் ஒரே இரவில் முழு நாடகத்தையும் ஐம்பதுக்கும் மேற்பட்ட பாடல்களுடன் எழுதி முடித்ததை சண்முகம் எழுதும்போது அவரது ஆவேசத்தை உணர முடிகிறது. கடைசியில் பக்கவாதம் வந்து படுக்கையில் கிடந்து அவர் இறக்கும் சித்திரமும் துயர் நிறைந்தது.

சண்முகத்தின் இந்த சுயசரிதையை வாசிக்கும்போது பாலநாடக சபாக்களின் கடைசிக்காலத்தை காண முடிகிறது. ஒவ்வொரு திரையாக மடேர் மடேர் என்று சரிந்து விழுந்து அரங்கு நம் பார்வை முன் இல்லாமலாகும் அனுபவம். சண்முகம் அதில் மயிரிழையில் தப்பித்த சிலரில் ஒருவர்.

('எனது நாடக வாழ்க்கை' - அவ்வை டி கே சண்முகம். சீதை பதிப்பகம்)

ஓர் அக்கினிப்பிரவேசம்

எம் எஸ். சுப்புலட்சுமியின் அதிதீவிர ரசிகரான ஒரு பிராமணர் எனக்கு அலுவலகத் தோழராக இருந்தார். எம்.எஸ்.சுப்புலட்சுமி பற்றி ஏராள மாகப் பேசியிருக்கிறார். அவரது இல்லத்தில் எப்போதுமே எம்.எஸ். பாடிய பாடல்கள்தான் காலையில் முதலில் ஒலிக்கும் என்றார். ஒருபேச்சில் தற்செயலாகச் சொன்னார், எம்.எஸ்ஸின் முகம்தான் ஒரு மங்கலமான பிராமண குடும்பத்தலைவியின் முகம் என்று.

நான் சாதாரணமாக, எம்.எஸ். பிராமணப்பெண்ணே அல்ல என்றேன். அவருக்கு ஆச்சரியம். நான் அவர் மதுரை சண்முகவடிவு என்ற தேவதாசி குலத்து வீணைக்கலைஞருக்குப் பிறந்தவர். அவரது அப்பா பெயர் என்பது ஊகமே. எம்.எஸ். என்பது அவரது அம்மா பெயரான மதுரை சண்முகவடிவுதான் என்றேன். அவருக்கு அதிர்ச்சி. 'அப்படியா அப்படியா?' என்றார். பிறகு 'அதுக்கென்ன சார்?' என்றார்.

ஆனால் பின்னர் ஒன்றைக்கவனித்தேன். அவரது மனதில் இருந்த எம்.எஸ்.சுப்புலட்சுமி பிம்பம் அழிந்துவிட்டது. அவரால் அந்தப்பாபடல் களை பின்னர் கேட்கமுடியவில்லை. மெல்லமெல்ல அவர் எம்.எஸ். சுப்புலட்சுமியைக் கைவிட்டு அடுத்த பாடகருக்குப் போய்விட்டார். நான்குவருடம் கழித்து அவர் என்னிடம் முன்பொருமுறை பேசியதையே மறந்துவிட்டது போல 'எம்மெஸ் சுப்ரபாதம் பாடினா கேட்டுண்டு இருக்கலாம். மத்தபடி பாட்டெல்லாம் ஆவ்ரேஜ்தான்' என்றார்.

ஏறத்தாழ இதே நிலை நம் நாட்டின் அதிகம் வாசிக்காத இசை ரசிகர்களிடம் இருப்பதை நாம் காணலாம். கிருபானந்தவாரியார் பிராமணர் என்று எண்ணக்கூடியவர்களைப் பார்த்திருக்கிறேன். திரை நடிகர்களைப்பற்றி தகவல்களை மூளைக்குள் குவித்து வைத்திருப் பவர்கள்கூட அவர்கள் எந்தப் பகுதியைச் சேர்ந்தவர் என்பதை அறியாமலிருப்பதை பார்த்திருக்கிறேன்.

நாம் நன்கறிந்த ஒரு பிரபலத்தைப்பற்றி எவ்வளவு அறிந்திருக்கிறோம் என்ற கேள்வி எப்போதுமே திகைக்க வைக்கக்கூடியது. அவர்களைப் பற்றி ஏராளமாக கேள்விப்பட்டிருப்போம். ஆனால் குறிப்பாக எத்தனையோ விஷயங்களை அறியாமலும் இருப்போம். பெரும் பாலும் நாம் அறிவது அந்த ஆளுமையை அல்ல, அந்த ஆளுமை மீது உருவாகியிருக்கும் ஒரு பிம்பத்தை.

இந்த பிம்பத்தை ஆமைஓடு போல என்று சொல்லலாம். உள்ளே இருக்கும் மென்மையான உயிரினம் தன் பாதுகாப்புக்காக தன் தோலை தடிக்கச் செய்து தடிக்கச்செய்து காலப்போக்கில் அந்த ஓட்டை உருவாக்கிக்கொள்கிறது. அது அந்த உயிரினத்துக்கு வெலியுலகின் காற்று மழை உரசல் எல்லாவற்றிலிருந்தும் பாதுகாப்பளிக்கிறது. அல்லது வெளியுலகின் காற்றும் மழையும் உரசலும்தான் அந்த உயிரினத்தின் தோலை ஓடாக மாற்றும் படைப்புசக்திகளாகவும் இருக்கலாம்.

பின்னர் அந்த உயிராக உலகம் காண்பது அந்த ஓடு மட்டும் தான். ஆகவே அந்த ஓடு மீது அந்த உயிர் அழகுகளைச் சேர்க்கிறது. நிறங்கள் செதில்கள் செதுக்கல்கள். அந்த அழகுகள் அனைத்துமே அது வாழும் சூழலுக்கு ஏற்ப உருவாகின்றன. அந்தச் சூழலின் படைப்புதான் அந்த அழகுகள் என்றும் சொல்லலாம்.

ஆளுமைகளின் படிமங்களும் அப்படியே. அவை நம்மாலும் மறுமுனையில் அவர்களாலும் உருவாக்கப்படுகின்றன. நாம் காண விரும்பியதற்கும் அவர்கள் காட்டவிரும்பியதற்கும் நடுவே உள்ளன அவை. நாம் அவர்களைப்பற்றிப் பேசிப்பேசி அதை ஒரு சமூக அங்கீ காரத்தை நோக்கி நகர்த்துகிறோம். அவர்கள் இறந்துபோனபின்னர் அஞ்சலிகள் நினைவுகள் மற்றும் வாழ்க்கை வரலாறுகள் மூலம் அவற்றை நிரந்தரமாக்குகிறோம்.

அபூர்வமாக சிலசமயம் அந்த ஓட்டைக் கீறி அந்த உயிரைப் பார்க்கும் வரலாறுகள் வருகின்றன. ஒருவகையில் அது வன்முறை. அந்த மனிதர் அந்தரங்கமாக வைத்திருந்தவை எல்லாம் வெளியே வந்து விழுகின்றன. அந்த அப்பட்டம் நம்மை அதிர்ச்சிக்கு ஆளாக்கவும் செய்கிறது. நம்முடைய மதிப்பு என்பது அந்த பிம்பத்தை மட்டுமே சார்ந்தது என்றால் நாம் அதை இழக்கவும்கூடும். ஆனால் ஓடுகள் இல்லாத அந்த உயிரை நம்மைப்போன்ற ஒன்றாக நாம் அடையாளம் காண முடிந்தால் நாம் மேலும் நெருங்கத்தான் செய்வோம்.

ஒரு கோணத்தில் யோசித்தால் அந்த உயிரேகூட என் ஓட்டை நீக்கி என்னைக் கொஞ்சம் பார் என்று மிக அந்தரங்கமாகக் கோரிக் கொண்டிருக்கிறதோ என்றும் படுகிறது. ஒரு சமூகம் அப்படி பிம்பங் களை நீக்கி மனிதர்களைப் பார்க்கலாமா கூடாதா என்பது ஒரு சிக்கலான

அறவியல் கேள்வி. உண்மையை அறிய சமூகத்துக்கு உரிமை உண்டு என்பது ஒரு வாதம்.

ஆனால் எந்த பிரபலத்துக்கும் ஒரே நீதி விளங்கும் அமெரிக்காவில் அது சரி. இந்தியாவில் எழுத்தாளர்கள், கலைஞர்கள் போன்ற அப்புராணிகளிடமே இதைச் செய்யமுடிகிறது. ஒரு சாதித்தலைவரை, ஒரு அரசியல் கட்சித்தலைவரை, ஒரு பிரபல நடிகரைப்பற்றி அப்படி எழுத உரிமை இல்லாத சமூகத்தில் அது அநீதியாகத் தோன்றுவதையும் தவிர்க்க முடியவில்லை.

டி.ஜே.எஸ். ஜார்ஜ் எழுதிய 'எம்.எஸ்: இசையில் ஒரு வாழ்க்கை' (MS - 'A Life in Music', T.J.S George) பிரபலத்தின் உண்மையான ஆளுமையை நோக்கிச்செல்லக்கூடிய ஒரு வாழ்க்கை வரலாறு. கொஞ்சம் இரக்கமில்லாத ஆராய்ச்சி நோக்கு கொண்டது. அதேசமயம் வம்புகளை நோக்கிச்செல்லும் இதழியல் துடிப்பும் இல்லாதது. ஆகவே குறிப்பிடத்தக்க ஒரு நூல் இது.

இத்தகைய ஒரு நூல் அக்காலத்து சமூக, பண்பாட்டுப் பின்புலத்தை மேலும் விரிவாக ஆராய்ந்து நல்ல சித்திரம் ஒன்றை அளித்திருக்க வேண்டும். ஆனால் அதற்காக முதல் நூறு பக்கங்களை ஒதுக்கியுள்ள இந்நூல் அதற்குத் தவறிவிடுகிறது என்றே படுகிறது. கிட்டத்தட்ட நூறுவருடம் முன்பிருந்த பிராமண சமூகத்தின் மனநிலை, அவர்களின் சமூக நிலை, அன்றைய இசைவேளாளர்களின் சமூக நிலை ஆகியவற்றைப் பற்றி இந்நூல் இன்றைய சமூகவியல் கோட்பாடுகளின் வெளிச்சத்தில் ஒரு மேலோட்டமான சித்திரத்தையே அளிக்கிறது. மேலும் ஜார்ஜுக்கு இசையைப்பற்றி பெரிதாக ஏதும் தெரியும் என்றும் படவில்லை, அதை அவரே சொல்லிக்கொள்ளவும் இல்லை.

ஆனால் எம்.எஸ்.சுப்புலட்சுமியின் வாழ்க்கையின் அந்தரங்கத்திற்குள் ஜார்ஜ் எளிதாக இறங்கிச்செல்கிறார். நாம் அறியாத, ஆனால் முயற்சி செய்திருந்தால் மிக எளிதாக அறிந்திருக்கக்கூடிய, தகவல்களை அள்ளி முன்வைக்கிறார். அதன் வழியாக மூன்று தளங்களிலாக எம்.எஸ். சுப்புலட்சுமியின் வாழ்க்கையை முன்வைக்கிறார். ஒன்று அவரது இளமைப்பருவம். அவரது ஆளுமை உருவாக்கத்தின் காலம் இது. இரண்டு, அவர் திரைப்படம் மேடைப்பாடல் மூலம் புகழ்பெற்று குடும்பவாழ்க்கையில் அமைந்த காலகட்டம். மூன்று அவரது கணவர் சதாசிவம் தன் பெருமுயற்சியினால் எம்.எஸ்.சுப்புலட்சுமியை ஒரு கலாசாரச் சின்னமாக மாற்றிய காலகட்டம்.

இந்த சித்திரம் வழியாக ஒரு மனிதர் பிறந்து வளர்ந்து, சமூக இடத்தைத் தேடி அலைந்து அடைந்து, அந்த இடத்தில் மெல்லமெல்ல ஒரு தொன்மமாக ஆனதன் அழகிய சித்திரத்தை நாம் காண்கிறோம். ஜார்ஜ்

தன் ஆய்வில் இந்த தொன்மத்தில் இருந்து பின்னால் சென்றிருக்க வேண்டும். எம்.எஸ்.சுப்புலட்சுமி எப்படி தொன்மமாக்கப்பட்டார், அந்த தொன் மத்திற்குப் பின்னால் உள்ள மானுட உயிர் எது என்று அவர் தேடிச்சென்றிருக் கலாம். இந்நூல் எம்.எஸ்.சுப்புலட்சுமியின் ஆளுமையைப் பற்றிய நூல் அல்ல. அவரது ஆளுமை மற்றும் படிம உருவாக்கத்தைப் பற்றிய நூல்.

டி.ஜே.எஸ்.ஜார்ஜ் அவரது நூலை மூன்று பெண்கலைஞர்களுக்குச் சமர்ப்பணம் செய்திருக்கிறார். வீணை தனம்மாள், பெங்களூர் நாகரத் தினம்மாள், நாட்டியமணி பாலசரஸ்வதி. மூவருமே பிறப்பின் அடிப்படையில் கற்பிக்கப்பட்ட இழிவில் இருந்து தங்கள் கலையின் மூலம் வெளியே வந்தவர்கள் என்கிறார் ஜார்ஜ். அவரது ஆய்வின் அணுகுமுறையை இந்த சமர்ப்பணமே தெளிவாகக் காட்டிவிடுகிறது.

கிட்டத்தட்ட முதல் நூறுபக்கத்திற்கு கர்நாடக சங்கீதத்தின் சூழல் பரிணாமம் அதனுடன் பிரிக்கமுடியாதபடி பிணைந்த இசைவேளாளர் வாழ்க்கை ஆகியவற்றை ஒரு பொதுவாசகருக்காக விவரிக்கிறார் ஜார்ஜ். சாதிகள் தங்களை சமஸ்கிருதப்படுத்திக்கொள்வதன் மூலமே மேம்பட்ட நிலையை அடைகின்றன என்ற பிரபலமான கருதுகோளின் ஊடாகவே அவரது நோக்கு அமைகிறது. அதன் பின் எம்.எஸ்ஸின் இளமைப்பருவத்தை நோக்கி வருகிறார்.

இந்த நூலை எழுதும் திட்டத்தை பலமுறை கைவிட்டதாக ஜார்ஜ் சொல்கிறார். காரணம் அவரது வாழ்க்கையைப்பற்றி மிகமிகக் குறை வான தகவல்களே கிடைக்கின்றன. 'எம்.எஸ்ஸைச் சுற்றி சதாசிவம் ஒரு பெரிய கோட்டையை கட்டி வைத்திருந்தார்' என்கிறார் ஜார்ஜ். எம்.எஸ். ஒருபேட்டியில்கூட வாய்திறக்க சதாசிவத்தால் அனுமதிக்கப் பட்டதில்லை. மேடையில் ஆண்கள் மட்டுமே பாடவேண்டும் என்று சொல்லப்பட்ட பல்லவி பாட அவரை சதாசிவம் அனுமதிக்கவில்லை.

சதாசிவம் எம்.எஸ்ஸின் நாம் காணும் ஆளுமையை சிறுகச் சிறுக வடிவமைத்தார். ஊடகங்களில் அவர் செல்வாக்கு செலுத்தினார். பாட வேண்டிய பாடல்களை அவர்தான் தீர்மானித்தார். சினிமா வேண்டாம் என அவர்தான் முடிவெடுத்தார். எம்.எஸ். சிருங்கார பதங்களைப் பாடக்கூடாது என்றார். முழுக்கமுழுக்க பக்தியின் வெளிப்பாடாக எம்.எஸ்ஸின் இசையை அவர்தான் மாற்றினார். ஜார்ஜின் இந்நூல் சதாசிவம் செய்தவற்றை விலக்கிப் பார்க்க முயல்கிறது.

வீணைக்கலைஞரான மதுரை சண்முகவடிவு அம்மாளுக்கு 1916 ல் மகளாகப் பிறந்தார் எம்.எஸ்.சுப்புலட்சுமி. அவருக்கு ஒரு அக்கா வடிவாம்பாள். ஒரு அண்ணா சக்திவேல். எம்.எஸ்ஸின் அப்பா சுப்ரமணிய அய்யர் என்று அவரே பின்னர் சில பேட்டிகளில் சொல்லி யிருக்கிறார். ஆனால் சுப்ரமணிய அய்யருக்கு சண்முகவடிவு

அம்மாளுடன் தொடர்பு இருந்தது என்பதற்கு அப்பால் அதற்குப் பொருள் இல்லை. சுப்ரமணிய அய்யர் அந்த அடையாளத்தை வழங்கவில்லை.

மதுரை புஷ்பவனம்தான் எம்.எஸ்.சுப்புலட்சுமியின் தந்தை என்ற ஒரு பலமான பேச்சு அக்காலத்தில் இருந்தது. அதை ஜார்ஜ் அவரது நூலில் குறிப்பிடுகிறார். மதுரை சண்முகவடிவின் வீட்டுக்கு வருபவர்களில் காரைக்குடி சாம்பசிவ அய்யர், அரியக்குடி ராமானுஜ அய்யங்கார் போன்றவர்களும் இருந்தார்கள். இன்றைய நோக்கில் தன் தந்தை சுப்ரமணிய அய்யர் என்று எம்.எஸ். சொல்வதை அவரது நம்பிக்கை என்று மட்டுமே எடுத்துக்கொள்ளவேண்டும் என்று ஜார்ஜ் சொல்கிறார்.

மதுரையில் அன்று ஒரு தேவதாசிக்கு மகளாகப் பிறப்பதன் பொருளை சிறு வயதிலேயே எம்.எஸ். உணர்ந்திருக்கவேண்டும். சமூக இழிவு ஒருபக்கமும் இசை மறுபக்கமுமாக எம் எஸ்ஸுக்கு கிடைத்தது. அவருக்கு இசையில் பாரம்பரியம் இருந்தது, அவரது பாட்டி அக்கம்மாள் ஒரு வயலின் கலைஞர். மேலும் தாசி என்ற நிலையில் அவருக்கு இருந்த ஒரே சாதகமான அம்சம் இசையே. ஆகவே இசையை அவர் ஆரத்தழுவிக்கொண்டே ஆகவேண்டிய நிலை இருந்தது.

எட்டுவயதிலேயே எம்.எஸ்.சுப்புலட்சுமி அவரது முதல் இசைப் பதிவைச் செய்துவிட்டார். அவரது தாயார் வாசித்த வீணை இசையை பதிவு செய்ய வந்தவர் எம்.எஸ்ஸையும் பாடச்செய்து பதிவுசெய்து கொண்டாராம். அதில் எம்.எஸ்.சுப்புலட்சுமி செஞ்சுருட்டி ராகத்தில் 'மரகத வடிவம்' என்ற பாடலைப் பாடினார். *1926*ல் தன் பத்துவயதி லேயே தாயார் மதுரை சண்முகவடிவு வீணை வாசிக்க சேர்ந்து பாடி இசைத்தட்டு வெளியிட்டார் எம்.எஸ்.சுப்புலட்சுமி. அதில் 'மரகத வடிவும் செங்கதிர் வேலும்' என்ற பாடலைப் பாடியிருந்தார். மிக விரைவிலேயே பெரிதும் விரும்பப்படக்கூடிய பாடகராக எம்.எஸ். அறிமுகமானார்.

ஆனால் *1936*ல் தன் *20* ஆவது வயதில் நகைகளையெல்லாம் கழற்றி வைத்து விட்டு ரகசியமாக மதுரையிலிருந்து ரயிலேறி திருவல்லிக் கேணி வந்து *32* வயதான சதாசிவத்திடம் சரணடைந்தார் எம்.எஸ். சுப்புலட்சுமி. ஆச்சரியமான இந்தச் செயல், அக்காலத்தில் இருந்த பயண வசதியை வைத்துப்பார்த்தால் ஆபத்தானதும்கூட, அவரது அகால வாழ்க்கைச்சூழலைக் காட்டுகிறது. சதாசிவத்துக்கு ஏற்கனவே மணமாகி அபிதகுசலாம்பாள் என்ற மனைவி இருந்தார். அவருக்கு குழந்தைகளும் இருந்தன. காங்கிரஸ் தொண்டராகவும் சமூக சேவகராகவும் அவர் புகழ்பெற்றிருந்தார்.

எம்.எஸ். தப்பி ஓடிய வாழ்க்கை அவரது அக்கா வடிவாம்பாளுக்கு வாய்த்ததுதான் என்று ஜார்ஜ் காட்டுகிறார். கோவையைச் சேர்ந்த ஒரு

முதியவருக்கு பல ஆசைநாயகிகளில் ஒருவராகச் செல்ல நேர்ந்த வடிவாம்பாள் விரைவிலேயே மரணம் அடைந்தார். தாயை உதறி எம்.எஸ். சென்னைக்குச் சென்றது ஒரே ஒரு விஷயத்துக்காக மட்டுமே, சுய கௌரவத்துடன் வாழ்வதற்காக.

மதுரையில் கதர் பணியாளராக இருந்த சதாசிவத்துடன் எம்.எஸ்ஸுக்கு ஏற்கனவே உறவு இருந்தது. அது எம்.எஸ்ஸின் அம்மாவுக்கு தெரிந்து அம்மா அதை மிகக் கடுமையாக எதிர்த்தார். எம்.எஸ்ஸுக்கு சதாசிவம் திரைப்படத்தில் அவரை நடிக்க வைப்பதாக வாக்குறுதி அளித்திருந்தார். சினிமா தன்னை விடுதலைசெய்யும் என எம்.எஸ். நம்பியிருக்கலாம். சதாசிவத்தின் காந்திய இலட்சியவாதத்தை மட்டுமே நம்பி அவர் கிளம்பியிருந்தார்.

ஆனால் சென்னை வாழ்க்கை அவருக்கு ஒரு பெரும் போராட்டமாக இருந்திருக்க வேண்டும். அபிதகுசலாம்பாள் எம்.எஸ்.சுப்புலட்சுமியின் வருகையை எப்படி எதிர்கொண்டிருப்பார் என்பது ஊகிக்கத்தக்கதே. நான்குவருடங்கள் எம்.எஸ். சதாசிவத்தின் ஆசைநாயகியாக வாழ்ந்தார். பின்பு 1940ல் அபித குசலாம்பாள் இறந்தபின்னர்தான் சதாசிவம் எம்.எஸ்.சுப்புலட்சுமியை மணந்துகொண்டார். அபிதகுசலாம்பாள் மனமுடைந்த நிலையில் இறந்ததாக அக்காலத்தில் ஒரு பேச்சு இருந்தது. சதாசிவம் அவரது மரணத்துக்குக் காரணம் என்றுகூட அந்த வதந்தி இருந்தது என்று ஜார்ஜ் குறிப்பால் உணர்த்துகிறார்.

எம்.எஸ். தாயை உதறி கிளம்பிச்சென்ற பின்னரும்கூட சதா சிவத்துக்கும் சண்முகவடிவுக்குமான போராட்டம் நீடித்தது. அதில் எம்.எஸ். சதாசிவத்தின் தரப்பை எடுத்தார். தாயின் உறவை முறித்துக் கொண்டார். பிற இரு குழந்தைகளும் இறந்து கிட்டத்தட்ட அனாதை யாக நோய்வாய்ப்பட்டிருந்த சண்முகவடிவை கடைசிக்காலத்தில் எம்.எஸ் கவனித்துக்கொள்வதை சதாசிவம் விரும்பவில்லை. அந்த மனக்குறை எம். எஸ்ஸுக்கு கடைசிவரை இருந்திருக்கிறது.

எம்.எஸ்.சுப்புலட்சுமியை தன் நண்பர் இயக்குநர் கே.சுப்ர மணியத்துக்கு அறிமுகம் செய்து வைத்த சதாசிவம் அவரை திரைப்பட நடிகையாக ஆக்கினார். 1936ல் எடுக்க ஆரம்பித்து 1937ல் வெளிவந்த ‘சேவாசதனம்’ என்ற படத்தில் எம்.எஸ். கதாநாயகியாக நடித்திருந்தார். அந்தப்படத்தின் வணிகவெற்றியால் உற்சாகமடைந்த சதாசிவம் மறுவருடம் எம்.எஸ்ஸை கதாநாயகியாக நடிக்கச்செய்து சகுந்தலை என்ற படத்தை தயாரிக்க ஆரம்பித்தார்

அந்தப்படத்தில் கதாநாயகனாக அக்காலத்தின் பிரபலமான பாடகராகிய ஜி.என்.பாலசுப்ரமணியம் நடித்திருந்தார். ஜி.என்.பிக்கு அப்போது இருபத்தாறு வயது. அக்காலத்தில் மிக மரியாதைக்குரிய

படிப்பான பி.ஏ ஆனர்ஸ் படித்துவிட்டு இசைத்துறைக்கு வந்தவர் ஜி.என்.பி. அக்கால பாடகர்களில் அவர் பேரழகன் என்று கருதப் பட்டார். உயரமான சிவந்த கட்டான தோற்றம் கொண்ட அவர் ஐந்து படங்களில் கதாநாயகனாக நடித்திருக்கிறார்.

அன்றிருந்த இசையுலகில் பாலுறவு என்பது கட்டற்றதாகவே இருந்தது. அக்காலத்தில் ஆண்களுக்கு பாலியல் கட்டுப்பாடு பொதுவாக இருக்க வில்லை, தாசிகளிடம் போவது இயல்பான வழக்கமாக கருதப்பட்டது. என்றாலும் இசையுலகின் கட்டுப்பாடின்மை கொஞ்சம் அதிகம். அதற்குக் காரணம் தாசியுலகுடன் உள்ள நெருக்கமான உறவே. அதிலும் ஜி.என்.பி இந்தத் தளத்தில் மிக உற்சாகமானவர். அவரது மாணவி எம்.எல். வசந்தகுமாரிக்கும் அவருக்குமான உறவும் புகழ்பெற்றது.

எம்.எஸ்.ஸுக்கும் சதாசிவத்துக்குமான உறவு ஒரு சமகால ஐதீகம். எம்.எஸ்.ஸின் பின்னணிச் சக்தியாகவும் வாழ்க்கை வழிகாட்டியாகவும் சதாசிவம் இருந்தார். 1997ல் சதாசிவம் இறப்பது வரை அவர்களின் உறவு உணர்ச்சிகரமாக நீடித்தது. தன் வாழ்க்கையில் எம்.எஸ். செய்த மத, கல்விச் சேவைகளுக்கு சதாசிவத்தின் ஆன்மீகமான உந்துதல்தான் காரணம் என்பதை எம்.எஸ்ஸே பல முறை குறிப்பிட்டுமுள்ளார்.

ஆனால் ஒரு பெண் என்ற அளவில் எம்.எஸ்.ஸின் ஆழ்மனதில் இருந்த கனவுகள், ஆசைகள் என்ன? ஜார்ஜின் நூல் அந்த இடங்களை நோக்கியும் சற்று வெளிச்சம் வீசுகிறது. சகுந்தலை படமெடுக்கப்படுகையில் ஜி.என்.பாலசுப்ரமணியத்துக்கும் எம்.எஸ்.ஸுக்கும் உணர்ச்சிகரமான காதல் ஏற்பட்டது. அதை வழக்கமான ஒரு பாலியல் விளையாட்டாக மட்டுமே ஜி.என்.பி கண்டிருக்கிறார். ஆனால் எம்.எஸ். அதை உணர்ச்சிகரமான சுயசமர்ப்பணமாக எடுத்துக்கொண்டிருக்கிறார்.

அந்த உக்கிரமான காதலைப் பற்றி விவரிக்கும் இந்நூல் ஜி.என்.பிக்கு எம்.எஸ். எழுதிய காதல் கடிதங்களையும் ஆதாரமாகக் காட்டுகிறது.

எம்.எஸ். எழுதிய இருபது கடிதங்களை பின்னிணைப்பாக அவர் கொடுத் திருக்கிறார். 'கண்ணா' என்றும் 'அன்பே' என்றும் ஜி.என்.பியை அழைத்து எழுதப்பட்ட இக்கடிதங்கள் மிக மிக உணர்ச்சிகரமானவை.

ஒரு கடிதத்தில் எம்.எஸ். 'இந்தப் படத்தின் வேலை முடிந்தாலும் உங்களைப் பிரிந்து என்னால் இருக்க முடியாது. தேவையில்லாமல் என்னை சோதிக்காதீர்கள். இந்தப் படத்தின் வேலை முடிந்ததும் நாம் ஒன்றாவோம். உங்கள் மீதான என் அன்பில் எந்த மாற்றமும் இல்லை. நான் இறந்த பிறகு அதை நீங்கள் புரிந்துகொள்வீர்கள். பேசவோ அழவோ எனக்கு யாருமில்லை. எல்லா நாட்களிலும் நான் உங்களை கனவில் காண்கிறேன். நீங்கள்? நடிப்பின் நடுவே உங்கள் விரல்

என்னைத் தீண்டும்போது நான் நினைப்பதுண்டு இதோ என் இறைவன் என்று.. .' என எழுதுகிறார்.

எம்.எஸ்ஸின் அக்கால மனநிலைதான் என்ன? அவர் சதாசிவத்தை நம்பி வந்தார். ஆனால் அபிதகுசலாம்பாளின் எரிச்சலையும் அவமதிப்பையும் தாங்கி வாழ நேர்ந்தது. முப்பதுகளில் ஒரு சினிமா நடிகையின் கௌரவ மென்பது தேவதாசியின் கௌரவத்துக்கு சற்றும் மேலானதல்ல. எம்.எஸ்.சுப்புலட்சுமி ஜி.என்.பி வழியாக மீண்டும் ஒரு தப்பிச் செல்லலை விரும்பினாரா? அந்தக் கடிதங்களில் உள்ள நெஞ்சுருக்கும் மன்றாடல் காட்டுவது என்ன?

ஆனால் ஜி.என்.பி அவரை பெரிதாகப் பொருட்படுத்தவில்லை. எம்.எஸ். மீண்டும் மீண்டும் மன்றாடி கடிதங்கள் எழுதுகிறார். அக்கடிதங்களில் ஜி.என்.பி அளித்த பதில்களைப் பற்றிய குறிப்புகளே குறைவாக இருக்கின்றன. இதற்கிணையான கடிதங்களாக பாடகர் கிட்டப்பாவுக்கு கே.பி.சுந்தராம்பாள் எழுதிய கடிதங்களையே சொல்லவேண்டும். இவ்விருவரின் கடிதங்களிலும் ஆணின் காலடியில் மண்டியிட்டு காதலுக் காகவும் கருணைக்காகவும் இறைஞ்சும் பெண் மனதை நாம் காண்கிறோம்.

பொதுவாக பெண்கள் அப்படி இறைஞ்சுவதில்லை. ஆணுக்கு தன்னை சமர்ப்பணம் செய்வதையே ஆண் தன்னை கவர்ந்துகொள்ளும் பாவனையில் செய்ய விரும்புவதே பெண்கள் விரும்புகிறார்கள். வெளிப்படையாக மன்றாடும் நிலை அவர்களின் சுயகௌரவத்தை குறைக்கிறது. கிட்டத்தட்ட வீம்புக்கு நிகரான சுயகௌரவம் பெண்களின் வலிமை. அதை இழந்துவிட்ட பெண் தன்னுடைய ஆளுமையே அவமானப்படுத்தப்பட்டதாகவே உணர்வாள். அவள் மனதின் மெல்லிய பகுதி ஒன்று அடிவாங்கி கன்றிவிடுகிறது.

எம்.எஸ், கே.பி.சுந்தராம்பாள் இருவரின் வாழ்க்கையிலும் இந்த கன்றிப் போதலை நாம் காணலாம் என்று இப்போது படுகிறது. கே.பி.சுந்த ராம்பாள் மிக இளம்வயதிலேயே கிட்டப்பாவுடனான உறவை இழந்து விட்டார். அப்போதிருந்தே தன்னை ஒரு விதவையாக ஆக்கிக்கொண்டு கடுமையான வைராக்கியத்துடன் வாழ்ந்து மறைந்தார். எம்.எஸ். தன்னைவிட மூத்த சதாசிவத்துக்கு மனைவியாகி, குழந்தைகள் இல்லாதவராக, இசைதவிர உலகமே இல்லாமல் வாழ்ந்து மறைந்தார்.

இவ்விருவரின் கடிதங்களிலும் உள்ள இன்னொரு பொதுத்தன்மையும் கவனிக்கத்தக்கது. இருவருமே தங்கள் காதலர்களிடம் தங்களை நம்பும்படி கெஞ்சுகிறார்கள். மீண்டும் மீண்டும் தங்கள் சுய சமர்ப் பணத்தை சொல்லிச்சொல்லி இறைஞ்சுகிறார்கள். நாடகம், இசைக் கலை போன்ற துறைகளுக்கு வந்துவிட்ட பெண்கள் மீதான ஆழமான அவநம்பிக்கை அன்றைய சமூகத்தில் இருந்தது. அந்த அவநம்பிக்கை கிட்டப்பாவுக்கும், ஜி.என்.பிக்கும் இருந்திருக்கலாம்.

கிட்டப்பா, ஜி.என்.பி இருவரும் கொள்ளும் குரூரமான தந்திரமான மௌனம் அவர்களின் மனசாட்சி அதிர்ந்திருப்பதையே காட்டுகிறது. ஆனால் அவர்கள் அப்பெண்களை காம வடிகால் கருவிகளாக மட்டுமே கண்டிருக்கிறார்கள். அவர்களின் மனத்தைப்பற்றி அக்கறையே படவில்லை. அவர்களின் கண்ணீரையும் மன்றாட்டையும் வெறும் பசப்பு களாகவே எண்ணியிருக்கிறார்கள். அதேசமயம் அவர்களின் அந்தரங்கம் அறிந்த உண்மை அவர்களைச் சுட்டுக்கொண்டும் இருந்திருக்கிறது.

அக்காலத்தைய பிரபல நாவல்களான வடுவூர் துரைசாமி அய்யங்காரின் துப்பறியும் கதைகளில் பெரும்பகுதி தாசிவருணனைகளும் தாசிகளின் மோசடிகளைப்பற்றிய விவரணைகளும்தான். பெரும்பாலும் 'நல்ல' தாசிகளே தாசிகளின் மோசத்தைப்பற்றி பேசுகிறார்கள். அந்தக் கோணத்துக்கு நேர் எதிரான நாவலாகிய மூவாலூர் ராமாமிருதத் தம்மையாரின் 'மதிபெற்ற மைனர் அல்லது தாசிகளின் மோசவலை' நாவலும் தாசிகளின் மோசடியை, அவர்களின் பசப்புகளைப் பற்றியே பேசுகிறது. இது அக்காலத்தின் ஒரு பொது மொழிபு. தாசிகளைப் பற்றிய பெருவிருப்பும் வெறுப்பும் கலந்த ஒன்றாகவே இருந்திருக் கிறது அன்றைய பொதுமனநிலை.

இன்னொரு உதாரணம் தில்லானா மோகனாம்பாள். கொத்தமங்கலம் சுப்பு எழுதிய இந்த நாவல் அக்காலத்து தாசிகளின் வாழ்க்கைப் பின்னணியை அனுதாபத்துடனும் மரியாதையுடனும் எழுதியது. தாசியை கௌரவமாக காட்டிய ஆக்கம் இது. மோகனாம்பாள் அந்த நாவலின் ஆயிரம் பக்கங்களில் ஆசைப்படுவது ஒரு கௌரவமான கணவனை மட்டுமே. அதற்கு இரு தடைகள். ஒன்று அவளை தாசியாக மட்டுமே கண்டு அவமதிக்கவும் அடையவும் நினைக்கும் சமூகம். இன்னொன்று அவளது ஒழுக்கத்தை ஐயப்படும் சண்முகசுந்தரம். மோகனாம்பாள் அந்த நாவல் முழுக்க என்னை நம்புங்கள் நம்புங்கள் என்றே கதறிக்கொண்டிருக்கிறாள்.

அந்நாவலின் உச்சமும் அதுவே. தன்னை தாசியாக மட்டுமே காணும் காமுகனாகிய ஜமீந்தாரிடம் நான் ஒரு பெண் என்று சீறிவிட்டு தன் காதலனிடமும் அதையே சொல்லி கதறுகிறாள் மோகனாம்பாள். மகாராஜாவே சாட்சி சொன்னதும் சண்முகசுந்தரம் நம்பும்போது கதை உச்சத்தை அடைகிறது. மோகனாம்பாளின் இதிகாசத்தன்மை கொண்ட போராட்டம் சமூகத்திடமும் ஆண் மனத்திடமும்தான்.

எம்.எஸ். போராடிக்கொண்டிருந்ததும் அவற்றை எதிர்த்துத்தான். தன்னை தாசியாக அல்ல ஒரு பெண்ணாக அணுகவேண்டும் என்ற மன்றாட்டையே அக்கடிதங்கள் காட்டுகின்றன. அந்தக் கோரிக்கை தீர்மானமாக நிராகரிக்கப்பட்டது. 1940 வரை சகுந்தலை தயாரிப்பு காலகட்டத்தில் என்னென்ன மன மோதல்கள் நடந்தன என்று

ஊகிக்கலாம். தயாரிப்பாளரான சதாசிவத்துக்கு தன் ஆசைநாயகிக்கும் ஜி.என்.பிக்குமான உறவு என்ன மனநிலையை கொடுத்திருக்கும்?

1940ல் சகுந்தலை படம் வெளிவந்தது. சதாசிவத்தின் மனைவி ராதா, விஜயா என்ற இரு மகள்களை விட்டுவிட்டு மறைந்தார். எம்.எஸ். சுப்புலட்சுமியை சதாசிவம் அதிகாரபூர்வமாக மணம்புரிந்து கொண்டார். எம்.எஸ்ஸுக்கு அப்போது இருபத்துநான்கு வயது. அக்காலத்தைய வழக்கப்படி அது திருமணமாவதற்கு முதிர்ந்த வயது. சதாசிவத்துக்கு அப்போது நாற்பது வயது.

அதன்பின்னர் எம்.எஸ்ஸின் வாழ்க்கை என்பது இசைக்கே முழுமை யாக அர்ப்பணித்துக்கொண்ட ஒன்று. அதை ஒருவகை உபாசனை என்றே சொல்லலாம், ஏனென்றால் பிறகு அவர்களுக்கு பிற எதிலுமே ஆர்வம் இருக்கவில்லை. அவர் அடைந்த புகழ் பணம் எதையுமே அவர் ஆர்வத்துடன் அனுபவித்ததாகத் தெரியவில்லை. அந்த அர்ப்பணம் அவரை இசையில் மேலே கொண்டுசென்றது.

அத்துடன் எம்.எஸ்ஸுக்கு சதாசிவம் அளித்த பிம்பமும் மிக முக்கியமாக உதவியது என்கிறார் ஜார்ஜ். அன்று (இன்றும்) சென்னை இசைத்துறை என்பது மைலாப்பூர் ஸ்மார்த்த பிராமணர்களின் உலகமே. அவர்களில் ஒருவராக எம்.எஸ்ஸை மாற்றினார் சதாசிவம். அதற்கேற்ப ஆசாரமான பிராமண குடும்பத்தலைவியின் தோற்றத்தை எம்.எஸ். ஏற்றுக்கொண்டார். அன்று பிராமணர்களின் தலைவராக விளங்கிய ராஜாஜியின் ஆசி கல்கி இதழ் மூலமாக அவருக்குக் கிடைத்தது. கல்கி என்ற சக்திவாய்ந்த எழுத்தாளரின் பேனா அவருக்கு உதவியது. கல்கி என்ற பிரபல இதழ் உதவியது. சதாசிவத்தின் காங்கிரஸ் பின்புலம் பெருமளவுக்கு உதவியது.

வேறெந்த கர்நாடக சங்கீதப் பாடகியை விடவும் எம்.எஸ் அதிக உயரத்தை அடைந்தார். வசந்தகுமாரி, பட்டம்மாள் இருவருமே எம்.எஸ்ஸை விட சிறந்த பாடகிகள் என்றாலும் அவர்கள் எம்.எஸ்ஸின் இடத்தை கனவுகூட காணமுடியாத நிலை உருவாகியது. அரசியல் அந்தஸ்தை எம்.எஸ். இசைக்கு பயன்படுத்திக்கொண்டார் என்று சொல்வதைவிட இசைமூலம் அடைந்த அந்தஸ்தை அரசியல் மூலம் பெருக்கிக்கொண்டார் என்று சொல்லலாம்.

மதத்தை தன் கௌரவத்துக்கான பெரும் கருவியாக எம்.எஸ். பயன் படுத்திக்கொண்டார். பிராமணர்களின் அறநிறுவனங்களுக்கு பெரும் தொகையை அவர் வசூல் செய்து கொடுத்தார். சதாசிவம் பிராமணப் பையன்களுக்கு தவிர பிறருக்கு அறக்கொடைகள் அளிப்பதில்லை என்று ஜார்ஜ் பதிவுசெய்கிறார். எம்.எஸ். காஞ்சி சங்கராச்சாரியாரின் ஆதரவை பெற்றதற்கு பிராமண நிறுவனங்களுக்கு அவரளித்த மாபெரும்

அறக்கொடைத் தொகைகள்தான் காரணம். அந்த மத அந்தஸ்து வெங்கடேச சுப்ரபாதம் மூலம் உறுதிப்பட்டது.

எம்.எஸ். அவர் நினைத்ததை அடைந்தார். பிறப்பு அவர் மீது ஒட்ட வைத்த இழிவை முழுமையாக விலக்கிக் கொண்டார். அவர் பிராமணர்களின் ஆதர்சமாக ஆனார். மயிலை பிராமனணர்களின் கௌரவத்தின் சின்னமாகிய மியூசிக் அக்காதமியின் முதல் பெண் தலைவராக அவர் ஆனதென்பது ஒரு கோட்டைமீது கொடியைப் பறக்கவிடுவது தான்.

ஆனால் அப்போதும் ஒரு கேள்வி எஞ்சியிருக்கிறது. எம்.எஸ். ஒரு வேளை குழந்தைபெற்றிருந்தால் அக்குழந்தை பிராமணர்களால் ஏற்றுக் கொள்ளப்பட்டிருக்குமா என்ற வினாதான் அது. தன் வாழ்நாளெல்லாம் நல்ல சித்தியாகவே வாழ்ந்தார் எம்.எஸ். அதில் ஒரு வைராக்கியம் இருந்தது.

பாலசரஸ்வதி தன் அடையாளத்தை முன்வைத்து போராடினார் என்கிறார் ஜார்ஜ். அவர் அந்த அடையாளம் மூலமே ஒரு சிறந்த கௌரவ நிலையை அடைந்தார். ஆனால் தன் அடையாளத்தை அழித்ததன்மூலமே எம்.எஸ். விடுதலை பெறமுடிந்தது. அந்த அடையாளத்தை மேம் படுத்துவதன் மூலம் அல்ல. 1940ல் மதுரை சண்முக வடிவின் மகள் இறந்தாள், சதாசிவத்தின் மனைவி பிறந்தார். கிட்டத்தட்ட சீதை தீக்குளித்ததுபோன்ற ஒரு மீட்பு அது.

ஜார்ஜின் நூலில் பின்னிணைப்பாக அளிக்கப்பட்டிருக்கும் எம்.எஸ். அவர்கள் ஜி.என்.பிக்கு எழுதிய காதல்கடிதங்கள் எனக்கு ஆழமான மனநிறைவை அளித்தன. அந்தக் கலையுள்ளத்தின் உணர்ச்சிகரத்தை நெருங்கி அறிந்தது போல இருந்தது. எம்.எஸ்.ஸின் இசையை இனி நான் கேட்கும்போது மேலும் அருகே சென்று லயிக்க முடியும் என்று பட்டது. ஒரு வகை வறண்ட லட்சியவாதத்தாலும், மேலோட்டமான பக்தியாலும்தான் எம்.எஸ்.ஸின் பிம்பம் இதுவரை உருவாக்கப் பட்டிருந்தது. டி.ஜே.எஸ்.ஜார்ஜ் உருவாக்கும் ஆழமான மானுட உணர்ச்சிகள் கொண்ட இச்சித்திரமே உண்மையானது.

ஆனால் இந்திய மனதுக்கே உரிய துரதிருஷ்டவசமான சில போலி பாவனைகள் நம்மை உண்மையைப் பார்க்க விடாது செய்கின்றன. நாமே சமைத்து நம்பிக்கொள்ளும் பொய்களை விரும்பச் செய்கின்றன. ஏறத்தாழ முக்கால் நூற்றாண்டு நம் முன் வாழ்ந்த இந்த பெரும் இசைக் கலைஞரைப் பற்றிய நேர்மையான மதிப்பீடோ திறனாய்வோ நம் இசைத் துறையில் இல்லை. இறப்பை ஒட்டி அள்ளி இறைக்கப்படும், வானைத் தொடும் புகழுரைகளை வாசித்துக் களைத்த எனக்கு இந்நூல் மகத்தான ஒரு தரிசனமாக அமைந்தது.

எம்.ஓ.மத்தாயின் நினைவுகள்

'நம்முடைய பழைய மன்னர்களின் பேரதிருஷ்டம் என்னவென்றால் அவர்களின் அடைப்பக்காரர்கள் வரலாறு ஏதும் எழுதவில்லை' ஒரு தனிப்பட்ட உரையாடலில் பி.கே.பாலகிருஷ்ணன் சொன்னார். ஆனால் அது உண்மையில்லை என்றே நினைக்கிறேன். அக்கால வரலாறென்பதே வாய்மொழி வரலாறுதானே, அடைப்பக்காரர்கள் தங்களுக்கான வாய் மொழி வரலாற்றை உருவாக்கிக்கொண்டுதான் இருந்திருப்பார்கள்.

பிரபல மலையாள இதழியலாளரான நரேந்திரன் சொன்னதாக ஒரு கூற்று உண்டு. 'இரண்டுவகை வரலாறுகள் உள்ளன. ஒன்று அதிகார பூர்வ வரலாறு, இன்னொன்று கிசுகிசு. முதலில் சொன்னது உண்மை போன்ற பொய், பின்னது பொய் போன்ற உண்மை.' சமீபகாலமாக முக்கியமான இடங்களில் இருந்தவர்கள் கிசுகிசுக்களைச் சேகரித்து எழுதும் தன் வரலாறுகள் மிகவும் பிரபலமாக உள்ளன. இவற்றின் பிரச்சினை என்னவென்றால் இவற்றை எழுதியவர்களின் இயல்பையும் அவர்களின் வாழ்க்கையையும் கணக்கில்கொண்டுதான் இவற்றை நாம் வாசிக்கவேண்டும் என்பது.

முப்பது வருடங்களுக்கு முன்பு வெளியான எம்.ஓ.மத்தாய் எழுதிய 'நேரு யுக நினைவுகள்' (*Reminiscences of the Nehru Age*) இப்போது மறக்கப்பட்ட நூல். உக்கிர இந்துத்துவர்கள் மட்டும் அவ்வப்போது நேரு குடும்பத்தை கரிபூச அதை மேற்கோள் காட்டுகிறார்கள். ஆனால் அதை எழுதியவரின் உளவியலுடன் இணைத்து வாசிக்க முடிந்தால் பயனுள்ள ஒரு நூல் என்றே நினைக்கிறேன்.

மத்தாய் 1945 ல் நேருவுக்கு ஒரு கடிதம் எழுதினார். அவர் நேருவுக்கு உதவியாக இருக்க விரும்புவதாக அதில் சொல்லியிருந்தார். அப்போது மத்தாய் மலாயாவில் அமெரிக்கப் படைகளுக்கு உதவும் செஞ்சிலுவை

சங்கத்தில் சிறிய உதவியாளராகப் பணியாற்றிக்கொண்டிருந்தார். மத்தாயின் பின்னணியையும் பின்னர் அவரது மனநிலையையும் வைத்துப்பார்த்தால் அவருக்கு தேசசேவை, தியாகம் இதிலெல்லாம் எந்த ஆர்வமுமில்லை என்றே எண்ணத்தோன்றுகிறது. அதிகாரத் துக்குப் பக்கத்தில் செல்லவே அவர் விரும்பினார். அதற்கான காலம் கனிந்துவிட்டது என உணர்ந்திருந்தார். இந்தியாவில் அதிகாரக் கைமாற்றம் நடக்கப்போகிறதென உணர்ந்து ஏராளமானவர்கள் காந்திக்குல்லாயுடன் காங்கிரஸுக்குள் படைஎடுத்த காலகட்டம் அது.

நேரு இரண்டாவது கடிதத்துக்குப் பதில் எழுதினார். மலாயாவில் நேரு சுற்றுப்பயணம் செய்யும்போது அவரைச் சந்திக்கும் மத்தாய் தன் ஆங்கிலப் பேச்சுவன்மையால் எளிதில் நேருவைக் கவர்கிறார். ஓர் அந்தரங்கக் காரியதரிசி தேவையான இடத்தில் நேரு இருந்தார், ஆனால் அதை அவரே உணரவில்லை. காந்தியமனநிலை கொண்ட காங்கிரஸ் தலைவராக இருந்த நேரு தன் கடிதங்களுக்கு தானே பதில் எழுதினார். தானே கணக்குவழக்குகளை கவனித்துக்கொண்டார், பயண ஏற்பாடு களைச் செய்துகொண்டார். அவருக்கு ஒரு ஸ்டெனோ கூட இல்லை. அவருடைய கடிதங்கள் தட்டச்சு செய்யப்படவில்லை. அந்த வகையான கற்பனையே அவர் மனதில் உதிக்கவில்லை.

முதலில் மத்தாய் என்ன உதவியைச் செய்யக்கூடும் என்றே நேருவுக்குப் புரியவில்லை. ஆனால் மத்தாய் மலாயாவில் செய்துகொண்டிருந்த வேலை செஞ்சிலுவை சங்கச் செயலாளரின் அலுவலக உதவியாளர் தான். இந்தியாவில் அப்போது பிரமிட் வடிவிலான நிர்வாக முறை இருந்தது. அமெரிக்க வழியிலான செயலாளர் முறையை மத்தாய் பயின்றிருந்தார். மத்தாய்க்கு எந்தவிதமான ஊதியமும் தரமுடியாத பொருளாதார நிலையில் தான் இருப்பதாக நேரு சொன்னார். மத்தாய் தன்னை வேலைசெய்ய அனுமதிக்கும்படியும் பணம் தேவையில்லை என்றும் சொன்னார். நேருவின் அனுமதியுடன் மத்தாய் நேருவின் கடிதப்போக்குவரத்தை சீராக்கினார். கணக்குகளை ஒழுங்கு படுத்தினார். மிகமிக திறன் வாய்ந்த ஒரு செயலர் என்பதை நிரூபித்தார். நேருவுக்கு அவர் அவசியம் தேவை என்ற எண்ணம் ஏற்பட்டது.

மத்தாயின் சொற்களிலேயே நேரு எந்தவிதமான அலட்டலும் இல்லாத எளிமையான ஆளுமை. சட்டென்று கோபம் வந்தாலும்கூட மனிதர் களை சமானமாக நடத்தக்கூடியவர். ஆகவே மத்தாயை அவர் ஒரு மகனைப்போலவே நடத்தியிருக்கிறார். ஆனால் என்ன இருந்தாலும் பணியாள் பணியாள்தான்.

வாழ்நாளெல்லாம் பெரிய மனிதர்களுடன், சரித்திர புருஷர்களுடன் பழகிவந்தவர் மத்தாய். நேரு வீட்டில் குழந்தைகளைக் கவனித்துக் கொள்ளும் வேலையைக்கூட அவர் செய்தது வரிகளுக்கு இடையில்

வாசித்தால் தெரிகிறது. ஆகவே மிக நுட்பமான ஒரு சுய இழிவு அவருக்கு இருந்திருக்கலாம். சமானமாக நடத்துவது, உபச்சாரமாக பேசுவது, மென்மையான நடத்தை எல்லாம் இருந்தாலும் உயர் அதிகாரத்தளத்தில் ஒருவர் உண்மையில் யார் என்பது நுட்பமாக உணர்த்தப்பட்டுக்கொண்டே இருக்கும். ஓரளவுக்கு உயர்மட்டப் பழக்கம் உடையவர்களுக்கு இது எளிதில் புரியும்.

ஆகவே உயர்வட்டத்தில் இருக்கும் எளியவர்கள் ஒருவகை இரட்டை ஆளுமைக்கு ஆளாகிறார்கள். ஒருபக்கம் அவர்கள் பணிவே உருவானவர் களாக இருப்பார்கள். அவர்கள் ஒரு சந்திப்பில் கூட இருந்தால் கூட அந்த அறைக்குள் அவர்கள் இருப்பதே தெரியாது. 'ஆளிலி' (Non entity)-களாக இருப்பார்கள். ஆனால் மறுபக்கம் தங்கள் அதிகார செல்லுபடியாகும் இடத்தில் அவர்கள் பலமடங்கு வீங்கிப்பெருத்த ஆளுமை ஒன்றைக் காட்டுவார்கள். தங்கள் அடையாளத்தையும் பங்களிப்பையும் பற்றி ஓயாமல் அடிக்கோடிட்டுப் பேசுவார்கள்.

மத்தாயின் இந்நூலில் அவரது ஆளுமையின் இரண்டாவது முகம் வெளிப்படுகிறது. அவர் தன்னை தேசங்களின் தலைவிதியைத் தீர்மானித்த ஒரு யுகபுருஷன் போலக் கற்பனை செய்துகொள்கிறார். நான் நான் என்றே இந்த சுயசரிதை பேசுகிறது. நேரு தன்னை சமான மாக நடத்தியதை தன்னுடைய அதிகாரத்திறனால் வாய்த்தது என்கிறார். 'மறுநாள் பெர்னாட் ஷாவை நானும் நேருவும் சந்திக்கப்போக ஒழுங்கு செய்யபட்டிருந்தது', 'சர்ச்சிலுடனான சந்திப்பிற்கு நாங்கள் இருவரும் சென்றோம்' என்பது மாதிரியான வரிகளை மத்தாய் என்ன மனநிலையில் இருந்து எழுதியிருப்பார் என எளிதில் ஊகிக்கலாம்.

'யானைமேல் ஓர் ஈ அமர்ந்து பாலத்தைத்தாண்டி வந்தது. வந்தபின் ஈ சொன்னது, நானும் யானையும் சேர்ந்து பாலத்தை உலுக்கு உலுக்கு என்று உலுக்கிவிட்டோம் என்று'. குஷ்வந்த்சிங் மத்தாயின் நேரு யுக நினைவுகளைப்பற்றி ரத்தினச்சுருக்கமாக இப்படி விமரிசனம்செய்திருக் கிறார். மத்தாய் தன் நூலில் எந்த தேசத்தலைவரைப் பற்றியும் மதிப்புடன் எழுதவில்லை – நேரு, அம்பேத்கார் இருவரையும் தவிர. அந்த மதிப்பின்மையை தான் வெளிப்படுத்தி வந்ததாகவும் எழுதுகிறார்.

மலையாள இதழாளர் நரேந்திரன் ஒருமுறை நேரு அலுவலகத்துக்குச் சென்றபோது மூத்த அரசியல்வாதியும் சுதந்திரப்போராட்டத் தலைவருமான ஒருவர் அமர இடமில்லாமல் நின்று கொண்டிருக்க மத்தாய் இருகால்களையும் மேஜைமேல் தூக்கிப்போட்டு சுருட்டு பிடித்து புகையை அவர் முகத்தில் விடுவதை கண்டதாக எழுதியிருக்கிறார்.

எளிமையான கேள்வி இதுவே, மத்தாய் யார்? ஒரு குமாஸ்தா, எடுபிடி. தேசத்துக்கு அவர் என்ன செய்தார்? நன்மையாக ஏதும் செய்திருக்க

வாய்ப்பில்லை. பலநூறு பக்கங்கள் எழுதும் மத்தாய்கூட தான் தேசத்துக்கோ பொதுநலனுக்கோ ஏதும்செய்ததாக எழுதமுடியவில்லை. சில தனிநபர்களுக்காக சில தருணங்களில் நேருவிடம் பரிந்து பேசியதை மட்டுமே அவரால் சொல்லமுடிகிறது. தேசநலனுக்காக இளம்வயதில் அனைத்தையும் துறந்து இறங்கி அடிபட்டு சிறைபட்டு வந்த தலைவர்களை அலட்சியப்படுத்த என்ன தகுதி மத்தாய்க்கு?

அவர்கள் சிலசமயம் ஆங்கிலம் பேசத்தெரியாதவர்களாக இருக்கலாம். சிலசமயம் ஒரு ராஜதந்திர உரையாடலை நிகழ்த்த முடியாதவர்களாக இருக்கலாம். அவர்களில் பலருக்கு கள அரசியல் உண்டு. அந்த கட்டாயங்களுக்கு ஆட்பட்டு அவர்கள் சிபாரிசுகளுக்கு வந்திருக்கலாம். ஆனால் மத்தாய் அவர்களை எவரையுமே சாதகமான கோணத்தில் பார்க்கவில்லை. மத்தாய் பரமசிவன் கழுத்துப்பாம்பு.

ஏன் மத்தாய் அந்த இடத்தில் இருந்தார்? ஒன்று, நேருவுடனான உறவை அவர் மிகச்சரியாக வைத்துக்கொண்டார். உண்மையிலேயே மத்தாய் நேருவுக்கு மிக உதவியாக இருந்தார். செயலாளராக மட்டுமல்ல, மத்தாய் ஒரு மாபெரும் சதி நிபுணர். சதிகளில் பழக்கமில்லாத நேருவுக்கு அரசியலதி காரத்தைக் கையாள அப்படி ஒருவரின் உதவி தேவைப்பட்டது.

இரண்டு, அந்தரங்கச் செயலாளராக ஒருவர் சிலவருடம் இருந்து விட்டால் அவர் நிறையதெரிந்தவர் ஆகிவிடுகிறார். அது அவருக்கு ஒரு வலிமையை அளிக்கிறது. அவர் வன்முறையில் நம்பிக்கை கொண்டவராக இருந்தால் அந்தரங்கச்செயலாளரை எளிதில் ‘அகற்ற’ முடியும். நேருபோன்ற ஜனநாயகவாதியால் அது முடியாது.

அதிகாரத்தின் உச்சியில் இருக்கும் அடைப்பக்காரர்கள் ஒருகட்டத்தில் விலகவேண்டியிருக்கும். மத்தாய் ராஜகுமாரி அமிர்தகௌருடன் சேர்ந்து ஒரு டிரஸ்ட் ஆரம்பித்து அந்த ஊழலில் பெயர் கெட்டுப் போனமையால் விலக்கப்பட்டார். ஆனாலும் நேரு இருந்தவரை அவர் முக்கியமானவராக இருந்தார். இந்திரா காந்தி அவரை நெருங்கவிட வில்லை. ஒதுக்கப்பட்டவராக சென்னைக்கு வந்து வாழ்ந்தவர் அந்த நினைவுகளை இந்திரா 1977 தேர்தலில் தோற்று ஜனதாக்கட்சி ஆட்சியில் இருக்கும்போது தன்னுடைய சுயசரிதையை மத்தாய் எழுதினார்.

இவற்றையெல்லாம் கணக்கில் கொண்டாலும்கூட மத்தாயின் நூல் முக்கியமானது என்றே நான் நினைக்கிறேன். அதன் பக்கங்களில் இருந்து நமக்கு அதிகாரபூர்வ வரலாறுகளில் இல்லாத ஒரு நுண் வரலாறு கிடைக்கிறது. காழ்ப்புடன் சித்தரிக்கப்பட்டிருந்தாலு கூட அரசியல் மனிதர்களின் பலவீனங்களின் ஒரு சித்திரம் கிடைக்கிறது. அவற்றையும் கருத்தில்கொண்டு நாம் வரலாற்றைப் பார்க்க முடிகிறது.

ஆனால் இங்கே ஒன்றைக் கவனிக்க வேண்டும், இந்தியாவில் யார் ஜனநாயகவாதிகளோ அவர்களைப்பற்றியே இத்தகைய வரலாறுகள் எழுதப்படுகின்றன. எந்த எல்லைக்கும் செல்லத்துணியும் நம் உள்ளூர்த் தலைவர்களைப் பற்றி எவரும் எழுதுவதில்லை. எழுதினால் அவர்களைப்பற்றிய பிரபல வரலாறுகள் அந்த இரண்டாம் வரலாற்றின் கால்புள்ளி அரைப்புள்ளி அளவுக்கே இருக்கும் என்று படுகிறது.

மத்தாய் ஒரு நல்ல எழுத்தாளர் அல்ல. அவரது நூல் உதிரி உதிரி நிகழ்ச்சிகளால் ஆனதாகவும் சீரற்ற முறையில் விஷயங்களைச் சொல்வதாகவும்தான் உள்ளது. அவர் தன்னைப்பற்றிய தகவல்களை மிகக் குறைவாகவே சொல்கிறார். அதே சமயம் நேருவுடனான அவரது உறவைப்பற்றி துண்டுச்செய்திகளாக நிறைய சொல்லிச் செல்கிறார். அவற்றின் வழியாக ஒரு நேரு வரைபடம் நம் மனதில் உருவாகிறது. அது மத்தாயின் சிருஷ்டி அல்ல, அந்நிகழ்ச்சிகள் இயல்பாக உருவாக்குவது அது.

நேரு சம்பிரதாயங்கள் இல்லாத நேரடியான மனிதர். தன்னை மேலே தூக்கிக்கொள்ள எதையும் அவர் செய்வதில்லை. இயல்பாக மனிதர் களிடம் பழகுகிறார். தன்னுடைய அமைச்சரவை சகாக்களிடம் ஒரு விஷயம் விவாதிக்க விரும்பினால் நேரடியாக அவர்களின் இல்லத்துக்கே சென்று பேசுகிறார். மத்தாயிடம் மட்டுமல்ல அதிகாரி களிடம் ஏதாவது அவசரமாக சொல்வதற்கு இருந்தால்கூட அவரே நேரடியாக எழுந்துசென்று பேசுகிறார்.

எந்தப் பயணத்திலும் நேருவுக்கு தனித்தேவைகள் என ஏதுமில்லை. எங்குசென்றாலும் அங்குள்ள உணவை அவரால் உண்ண முடியும். தனக்காக வசதிகள் கோரி கடிதங்கள் எழுதப்படுவதை நேரு அருவருப் பாகவே எண்ணினார். மிருதுளா சாராபாய் நேருவுக்கே தெரியாமல் மாநில முதல்வர்களுக்கு நேருவுக்கு என்ன வகையான வசதிகள் தேவை என ஒரு கடிதம் எழுதியபோது நேரு அதைப் பொருட்படுத்த வேண்டாம் என்று அவர்களுக்கு எழுதினார். ஒருமுறை பத்மஜா நாயுடு அப்படி ஒரு சுற்றறிக்கையை அனுப்பியபோதும் அவர் கடிந்து கொண்டு நேருவுக்காக எந்த ஏற்பாடும் செய்யவேண்டியதில்லை என்று கடிதம் எழுதும்படி மத்தாயிடம் சொல்கிறார்.

அதிகாரம் உள்ளவர்களிடம் அப்படி நடந்துகொண்டார் என்று சொல்ல முடியாது. எளியவர்களிடமும் நேருவின் நடத்தை அப்படித்தான் இருக்கிறது. மௌலானா அபுல்கலாம் ஆசாத், வி.கே.கிருஷ்ண மேனன் போன்ற பலர் அவரது தயவிலேயே அரசியலில் இருந்தவர்கள். ஆனால் நேரு அவர்களை மிகமரியாதையாக நடத்துகிறார். அவர்களின் தன்னகங்காரம் புண்படாமல் ஒவ்வொருமுறையும் நடந்துகொள்கிறார்.

நாளெல்லாம் வேலைசெய்பவர் நேரு. ஓய்வுநாட்களிலும் வேலை செய்கிறார். அவரை ஓய்வெடுக்க வைப்பதற்கு எந்த வழியும் இல்லை. மத்தாய் நேருவிடம் சொல்கிறார், 'உங்கள் உதவியாளர்களுக்கும் குடும்பம் இருக்கிறது, அவர்களும் வாழவேண்டும்' என்று. அந்த மனிதாபிமானக் கோணம் உடனடியாக நேருவின் மனதை பாதிக்கிறது. ஆகவே ஞாயிற்றுக்கிழமை பிற்பகல்களில் ஓய்வெடுக்க அவர் சம்மதிக்கிறார்.

நேரு உபச்சாரங்களைச் சொல்வதில்லை, எதிர்பார்ப்பதும் இல்லை. ஆனால் மிக அந்தரங்கமான நேயத்துடன் மனிதர்களிடம் அவர் பழகுகிறார். மனிதர்களை அவர்களின் இயல்பான பலவீனங்களுடன் எடுத்துக்கொள்ளவும் அவர்களை மன்னிக்கவும் அவரால் முடிகிறது. ஒருவரது தகுதியை அவரது பங்களிப்பைக்கொண்டே அவர் மதிப்பிடுகிறார், அவர்களின் தவறுகள் அல்லது குறைகளை வைத்து அல்ல.

உதாரணமாக ரஃபீக் அகமது கித்வாய் செய்யும் பிழைகள் தொடர்ச்சியாக அவரது கவனத்துக்கு வருகின்றன. ஆடம்பரத்தில் ஆர்வம் கொண்டிருந்த ரஃபீக் அகமது கித்வாய் தொழிலதிபர்களிடம் அவ்வப்போது பணம் பெற்றுக்கொள்கிறார். அதை கண்டிக்கும்போது கூட நேரு அமைச்சராக கித்வாயின் திறமையை மதிக்கிறார். கித்வாய் நேரு மீது கோபம் கொண்டு பட்டேலிடம் சென்று நேருவைக் கவிழ்க்க தான் துணைநிற்பதாக சொன்னதாகவும் பட்டேல் அவரைத் தவிர்த்துவிட்டதாகவும் மத்தாய் சொல்கிறார். அந்த விஷயம் நேருவுக்குத் தெரியும்போதுகூட நேரு அதை வைத்து கித்வாயை தூக்கி வீச எண்ணவில்லை.

கித்வாய் காங்கிரஸை விட்டுப்போய் ஆசாரிய கிருபளானியின் கட்சியில் சேர்ந்துவிடுகிறார். அந்தக்கட்சி எடுபடவில்லை. நேரு ஆளனுப்பி கித்வாயை வரவழைக்கிறார். 'முட்டாள், உனக்கு ஒரு சுண்டெலி அளவுக்குக் கூட மூளை கிடையாது' என்று வைகிறார். அதன்பின் கித்வாயை தன் அமைச்சரவையில் மீண்டும் சேர்த்துக்கொள்கிறார். ரஃபியை நேரு தன் தம்பியைப்போலவே எண்ணினார். அபாரமான திறமைகொண்ட ரஃபி கட்டற்றவரும்கூட என்பதை எப்போதுமே புரிந்துகொண்டவராக இருந்தார் நேரு.

அதேபோல ராஜாஜியின் திறமை மேல் நேருவுக்கு மதிப்பிருந்தது. ராஜாஜி நேருவுக்கு எதிராகத் திரும்பி கடுமையான எதிர்ப்பிரச்சாரங்களில் ஈடுபட்டபோதும் அவர் அந்த மதிப்பை மாற்றிக்கொள்ளவில்லை. இக்கட்டான சூழல் ஒன்றில் பட்டேலுக்கும் தனக்கும் இடையே ஒரு ஊடகமாக அமைய ராஜாஜி தேவை என்று தோன்றியபோது ராஜாஜியை அவர் அமைச்சரவையில் சேர்த்துக் கொள்கிறார்.

நேரு நிதானமான ராஜதந்திரி அல்ல. உணர்ச்சிகரமானவர். சட்டென்று சினம் கொள்ளக்கூடியவர். குறிப்பாக வேண்டியவர்களிடம் அவர்

கடுமையாகவே கோபம் கொள்கிறார். ஆனால் மனிதர்களிடம் கடைசித் துளி அந்தரங்கத்தைக்கூட திறந்து வைத்து பழகும் மனிதர் அவர். அவருக்கு அவரது சீடர்கள் மற்றும் சேவகர்கள் பலரிடம் இருந்த உறவு என்பது மிகநெருக்கமான, உணர்ச்சிகரமான ஒன்று.

உதாரணமாக நேருவுக்கு மகனைப்போன்ற 'நாணு' என்ற ஏ.ஸி.நாராயணன் நம்பியார் மலேசியாவில் இந்திய ஹைகமிஷனராக இருந்தார். அவர் இந்தியா வரும்போதெல்லாம் நேருவின் பிரதமர் இல்லத்தில்தான் தங்கினார். நேரு அவரை கண்டிக்கிறார், கோபித்துக் கொள்கிறார். கடைசிக்காலத்தில் நேரு சீனாவின் துரோகத்தால் மனம் உடைந்து உடல்நிலை மோசமாகி மரணத்தைக் காத்திருந்தபோது தனக்குள் ஆழ்ந்தவராக இருந்தார். அந்தமுறை நாணுவை அவர் கண்டிக்கவில்லை. கிளம்பும்போது ஏ.ஸி.நம்பியார் 'நீங்கள் என்னை திட்டவில்லை' என்று துயரத்துடன் சொல்கிறார். நேரு வெறுமே புன்னகை செய்கிறார். விடை சொல்லும் நம்பியார் மத்தாயிடம் கண்ணீருடன் 'இனிமேல் நான் நேருஜியைப் பார்க்கமுடியாதென்று தோன்றுகிறது' என்கிறார். நேருவின் பெரும்பாலான உறவுகள் அத்தகைய ஆழமான தனிமனித உணர்ச்சி கொண்டவை.

நேருவின் பலவீனமும் அதுவே. அவரால் எவரையும் மனம் புண்படும் படி கடுமையாக ஏதும் சொல்ல முடிவதில்லை. கொள்கையில் உறுதியாக இருந்து மனிதர்களை வருத்த அவரது அகம் ஒத்துக் கொள்ளவே இல்லை. அவருக்கு தன் உறவினர்களுக்கு சலுகைகள் காட்டுவதும் பதவிகள் அளிப்பதும் கொஞ்சம்கூடப் பிடிக்கவில்லை. ஆனால் வேறு வழியில்லை அவருக்கு. விஜயலட்சுமி பண்டிட் அமெரிக்காவில் இந்தியத் தூதராக இருக்கும்போது மிதமிஞ்சி செலவு செய்கிறார். நேருவின் பதிப்பகத்தில் இருந்து அவருக்கான பதிப் புரிமைத்தொகையை வாங்கி செலவுசெய்கிறார். ஆனால் நேருவால் அவரை கண்டிக்க முடியவில்லை. மத்தாயிடம் பதிப்பகத்துக்குக் கடிதம் எழுதும்படி மட்டுமே சொல்கிறார்.

விஜயலட்சுமி பண்டிட் அமெரிக்காவில் தூதராக இருந்தபோது முன்பு டெல்லியில் அமெரிக்க தூதராக இருந்த ஹென்றி கிரேடிக்கு பணம் கடன் கோரி கடிதம் எழுதுகிறார். அக்கடிதத்தில் பணவீக்கம் காரணமாக இந்தியா திணறுவதனால் இந்திய அரசின் பணம் தனக்கு வந்து சேரவில்லை என்று பொய் சொல்லியிருந்தார். பணத்தை திருப்பிக்கொடுக்கவில்லை. ஹென்றி கிரேடி நேருவுக்கு விஜயலட் சுமியின் கடித நகலை இந்திய தூதர் வழியாக அனுப்பியிருந்தார். நேரு அதைப் பார்த்து கடுமையாக கோபம் கொள்கிறார். ஆனால் அப்போது கூட விஜயலட்சுமியை அவரால் பெரிதாக கண்டிக்கவோ தண்டிக்கவோ முடியவில்லை. பணத்தைக் கொடுக்கவே ஏற்பாடு செய்கிறார்.

அதுவே காந்தியாக இருந்தால் என்ன நடக்கும் என்று யோசித்துப் பார்த்தால் நேரு எப்படிப்பட்டவர் என்று புரியும். காந்திக்கு மனிதர்கள் முக்கியமில்லை, விழுமியங்கள்தான் முக்கியம். விஜயலட்சுமி பண்டிட் தன் தவறுக்காக பகிரங்க மன்னிப்பு கோரி தண்டனை அனுபவிக்கவேண்டும் என்றும் இல்லையேல் தான் அதற்காக உண்ணா விரதம் இருக்கப்போவதாகவும் காந்தி சொல்லியிருப்பார். விஜய லட்சுமி பண்டிட் மிக ஆழமாகப் புண்பட்டுப் போயிருப்பார். ஏற்கனவே தாங்களும் சத்தியசோதனை செய்துகொண்டிருந்தவர்களால் மட்டுமே காந்தியுடன் ஒத்துப்போக முடிந்தது.

அதைப்போல நெருக்கமான உறவினரான ஜி.பி.ஹத்தீ சிங் உயர் பதவிக்கு ஆசைப்பட்டபோது நேருவால் தட்டமுடியவில்லை. மலாயாவின் தூதராக அவர் நியமிக்கப்படுகிறார். ஆனால் அந்த நியமனத்தால் நேருவின் நற்பெயர் கலையும் என எண்ணும் மத்தாய் சென்று அவரை கலைக்கிறார். அவரது தகுதிக்கு வெறும் ஒரு தூதர் பதவி குறைவானது என்று சொல்லி ஜி.பி.ஹத்தீ சிங்கை விலகச் செய்கிறார். அதை பின்னர் நேருவிடம் சொல்லும்போது நேரு மிக ஆசுவாசமாக உணர்கிறார்.

நேருவின் இந்த இயல்பே அவரை அனைவரையும் அணைத்துப் போகும் ஜனநாயகவாதியாக ஆக்கியது, அதேசமயம் பலவீனமான வராகவும் ஆக்கியது. ஈடிணையற்ற மக்கள்செல்வாக்குடன் இருந்த மையால்தான் அவரால் நீடிக்க முடிந்தது. கட்சிக்குள் அவரது எதிரிகள் அவரை பலமுறை சுவர் வரை உந்தியிருக்கிறார்கள். மூன்று சந்தர்ப் பங்களை மத்தாய் சொல்கிறார். இந்தியாவின் முதல் ஜனாதிபதியாக ராஜாஜி வரவேண்டும் என்று நேரு விரும்புகிறார். ராஜாஜிமீது காந்திக்கு இருந்த நம்பிக்கை ஒரு காரணம் என்றால் ஒரு வட இந்தியர் பிரதமராக இருக்கும்போது தென்னிந்தியர் ஜனாதிபதி ஆகலாமென நேரு எண்ணியது இன்னொரு காரணம்.

கொஞ்சம்கூட ராஜதந்திரம் இல்லாமல் நேரு அதை ராஜாஜியிடமே சொல்லி வைக்கிறார். ஆனால் காங்கிரஸ் காரியக்கமிட்டி ராஜாஜியை ஏற்கவில்லை. அவர்கள் ராஜேந்திரபிரசாத்தை முன்நிறுத்துகிறார்கள். காமராஜின் செல்வாக்கு நிறைந்திருந்த தமிழக காங்கிரஸ் கமிட்டியும் ராஜாஜியை ஏற்கவில்லை. ஆகவே வேறு வழியில்லாமல் நேரு ராஜேந்திர பிரசாத் குடியரசின் தலைவராக ஆக ஒத்துக்கொள்கிறார்.

உண்மையில் நேரு பிடிவாதமாக இருந்திருந்தால் ராஜாஜியை ஏற்பது தவிர காங்கிரஸபிக்கு வேறு வழியில்லை, ஏனென்றால் காங்கிரஸின் ஒட்டுமொத்த அமைப்பு என்பது முழுக்கமுழுக்க நேருவைச்சார்ந்ததே. தான் கைவிடப்பட்டதாக உணர்ந்த ராஜாஜி கோபத்துடன் ஊர்திரும்பி

நேருவுக்கு எதிரியாக வேலைசெய்கிறார். ஆனால் பூசலிட்டு ஒன்றை நிலைநாட்டுவது நேருவின் இயல்புக்கே மாறானது என்கிறார் மத்தாய்.

அதேபோல டாக்டர் ராதாகிருஷ்ணனை அடுத்த குடியரசுத்தலைவராக ஆக்க நேரு விரும்பி வழக்கம்போல அதை அவரிடமே சொல்லியும் விடுகிறார். ஆனால் ராஜேந்திரபிரசாத் மீண்டும் குடியரசுத்தலைவராக நீடிக்க விரும்புகிறார். அதை மீற நேருவால் முடியவில்லை. டாக்டர் ராதாகிருஷ்ணன் மனம் புண்படுகிறார். அம்பேத்கார் 1950ல் அமைச்சர் பதவியை விட்டுச்சென்றதும் இதேபோன்றதே. நேருவால் கட்சிக்குள் ஒரு பிளவை சமாளிக்க முடியாதென்பதே உண்மை.

நேருவால் பிறர் துன்பங்களை உடனடியாக தன் துன்பமாகவே எண்ண முடிகிறது. சட்டென்று கலங்கிக் கண்ணீர் விடுபவர் அவர். தேசப்பிரிவினைக் காலகட்டத்தில் டெல்லி எங்கும் அகதிகள் நிறைந்து வழிந்த நாட்களில் வெளியே செல்லும்போது கையிலிருக்கிற அனைத்தையுமே கொடுத்துவிடுகிறார். அவருக்கு அவரது நூல்களின் பதிப்புரிமைத் தொகை அல்லாமல் வருமானம் இல்லை. எவரிடமும் எதையும் பெற்றுக்கொள்ளக்கூடியவர் அல்ல நேரு. ஆகவே குறைவாகவே அவரது பையில் பணம் இருக்கும்படி பார்த்துக்கொள்கிறார் மத்தாய். ஆனால் நேரு தன் பாதுகாப்பு அலுவலரிடமே கடன் வாங்கி ஏழைகளுக்குக் கொடுக்கிறார்.

நேரு வரைக்கும் சென்ற எந்த ஒரு கருணைக்கோரிக்கையையும் அவர் தட்டியதே இல்லை என்று மீண்டும் மீண்டும் பதிவுசெய்கிறார் மத்தாய். துயரமடைந்த ஒருவரின் கதையைக் கேட்டால் கலங்கி தானும் கண்ணீர் மல்கிவிடுகிறார். சட்டத்தையும் வழக்கத்தையுமெல்லாம் மீறி அவர்களுக்கு உதவிசெய்கிறார். ஒரு மனிதாபிமானச் செயலுக்கு சம்பிரதாயம் சட்டம் எதுவுமே தடையாக இல்லாமல் பார்த்துக்கொள்கிறார். யாராவது சட்டத்தைப்பற்றி சொன்னால் கோபம் கொண்டு எகிறுகிறார்.

நேரு வரைக்கும் ஒருவிஷயம் சென்றதென்றால் அது நியாயமாகவே முடியும் என்று மத்தாய் ஆழமாக நம்புவதை இந்நூலில் பல இடங்களில் பார்க்கிறோம். இயல்பாகவே எது நியாயமோ அதை நோக்கியே நேருவின் மனம் செல்கிறது. அநீதிகளோ அலட்சியங்களோ அவரைக் கொதிக்கச் செய்கின்றன. ஒரு விஷயம் நியாயம் என்று அவருக்குப் பட்டதென்றால் அவர் அதனுடன்தான் நிலைகொள்கிறார். அதை உறுதியாகவும் உடனடியாகவும் ஏற்றுக்கொள்கிறார்.

அரசியலில், நிர்வாகத்தில் இது எளிய விஷயம் அல்ல. நடைமுறையில் எதிரி யாரென்று பார்க்கவேண்டியிருக்கிறது. சூழல் என்ன என்றும் விளைவு என்ன என்றும் பார்க்கவேண்டியிருக்கிறது. அப்படிப் பார்க்கையில் அவ்வப்போது சில சிறிய விஷயங்களில் அநீதிகளை

கண்டும் காணாமலும் விடாமல் ஒருவர் ஒரு சிறிய நிறுவனத்தைக்கூட தலைமைதாங்கி நடத்தவே முடியாது. ஓர் அமைப்பு பெரிய ஓர் இலக்குக்காக சிறிய அநீதிகளை கண்டிப்பாக இழைக்கும். ஆனால் நேரு அந்த மனநிலைக்கே அப்பாற்பட்டவராக இருக்கிறார்.

நேரு ஊழலுக்கு எல்லாவகையிலும் அப்பாற்பட்டவராக இருக்கிறார். எவரிடமும் எந்தப் பணமும் உதவியும் பெறுபவரல்ல அவர். அதற்கு அவரது ஒழுக்க நெறி மட்டுமல்ல அதுசார்ந்த அகங்காரமும் காரணம் என்று மத்தாய் சொல்கிறார். காங்கிரஸில் எந்த நிதியும் எவரிடமும் பெறாதவராக அவர் இருந்தார். ஆகவே அவர் எவருக்குமே கடமைப் பட்டவரல்ல.

சுதந்திரப்போராட்ட காலத்தில் வருமானம் இல்லாமல் சிரமப்படுகிறார் நேரு. ஏதாவது வேலைக்குச் செல்லவா என்று காந்தியிடம் கேட்கிறார். அது நல்ல எண்ணம்தான் என்று சொல்லும் காந்தி இதழாளராகவோ அல்லது ஆசிரியராகவோ செல்லலாம் என்றும் ஜி.டி.பிர்லாவிடம் சொல்கிறேன் என்றும் சொல்கிறார். ஆனால் ஜி.டி.பிர்லா உதவ முன்வந்தபோது நேருவால் அதை ஏற்றுக்கொள்ள முடியவில்லை. அவருக்கு அது அவமானமாகப் படுகிறது.

எம்.ஓ.மத்தாய் நேருவிடம் வேலைக்குச் சேரும்போது நேருவின் கையில் பணம் இல்லை. அவர் மத்தாய்க்கு தன்னால் ஊதியம் ஏதும் அளிக்க முடியாது என்று சொல்கிறார். மத்தாய் தான் வசதியான குடும்பத்தைச் சேர்ந்தவர் என்று சொல்லி ஊதியத்தை மறுத்துவிடுகிறார். நேருவின் கணக்குவழக்குகளை ஜமுனாலால் பஜாஜின் நிறுவன ஊழியர்கள்தான் பார்த்துக்கொள்கிறார்கள். பணம் முறைப்படி கணக்குபோடப்படாமை யால் செலவிடப்படாமலேயே இருப்பதை மத்தாய் காண்கிறார்.

தனிவாழ்க்கையில் அசிங்கமான கஞ்சன் என்று மத்தாய் நேருவைச் சொல்கிறார். அவருக்கு அனேகமாக தேவைகளே இல்லை. ஆடம் பரங்களில் அவர் ஆர்வம் கொள்வதே இல்லை. பிறர் செலவுசெய்வதும் அவருக்கு புரிவதில்லை. அவரது செலவுக்குத்தேவையான பணம் அவரது நூல்களின் பதிப்புரிமையில் இருந்தே கிடைத்தது. அதில் கணிசமான பகுதியை மிச்சம் பிடித்து அவர் தன் மகளுக்கும் தங்கைக்கும் ஆனந்தபவன் ஊழியர்களுக்கும் எழுதிவைத்தார். ஆனால் நேரு விட்டுச்சென்ற சொத்து என்பது மிகமிகக் குறைவே.

இந்தியப் பிரதமருக்கும் பிற அமைச்சர்களுக்கும் இன்னும்கொஞ்சம் ஊதியம் வழங்கப்படலாம் என்ற கூற்றை நேரு அது தார்மீகமானதல்ல என்று மறுத்துவிடுகிறார். உங்களுக்கு நூல்கள் வழியாக நல்ல வருமானம் வருகிறதே, பிற அமைச்சர்கள் அப்படியல்ல என்று மத்தாய் சொல்லும்போதுகூட நேரு அதை ஏற்றுக் கொள்வதில்லை.

இந்தியக் குடியரசுத்தலைவராக இருந்த டாக்டர் ராஜேந்திர பிரசாத் அவருக்கு அரசு அளித்த அலுவலகச் செலவுப்பணத்தை அதிசிக் கனமாகச் செலவுசெய்து மிச்சப்பணத்தைச் சேர்த்து தன் பேரக் குழந்தைகளுக்கு சேமிப்புக்கணக்கில் கட்டுகிறார். இந்தத் தகவலை நேருவுக்கு ரகசியமாகச் சொல்கிறார் மத்தாய். அடுத்த காங்கிரஸ் கமிட்டிக்கூட்டத்தில் அதை நேரடியாகக் கேட்டு ராஜேந்திர பிரசாத்தை தர்மசங்கடத்திற்கு ஆளாக்கினார் நேரு. அது அவருக்கு பெரிய முறைகேடாகத் தோன்றுகிறது!

நேரு முழுக்கமுழுக்க மதச்சார்பற்றவர் என்று மத்தாய் எழுதுகிறார். அவருடைய குடும்பச்சூழலிலேயே மதம் இல்லை. அவர்களின் நெருக்கமான குடும்ப நண்பர்கள் முஸ்லீம்பிரபுக்கள். முஸ்லீம் உயர்குடிப்பண்பாடே அவரது இல்லத்தில் இருந்தது. இந்துமத நம்பிக்கைகள் மட்டுமல்ல இந்திய ஆசாரங்களான காலில் தொட்டு வணங்குவது பெரியவர்களைப் பார்த்தால் எழுந்து நிற்பது போன்றவை கூட அவருக்கு எரிச்சலூட்டின. நேருவின் வாழ்நாள் முழுக்க அவர் எதிர்த்தது இந்து அடிப்படைவாதத்தை என்பதனால் அவருக்கு இந்து மரபுமீதே ஒரு கசப்பு இருந்தது என்கிறார் மத்தாய்.

நேரு பிறர் எண்ணும் அளவுக்கு விரிவாக வாசித்தவரல்ல என்கிறார் மத்தாய். அவர் வாசித்தவற்றை விட எழுதியவையும் சொன்னவையும் அதிகம். மூலநூல்களை அவர் வாசித்ததில்லை என்று மத்தாய் சொல்கிறார். நேரு சிறந்த பேச்சாளர் அல்ல. தன் உரைகளை நேரு முன்னதாக எழுதி மனப்பாடம் செய்தபிறகே வாசித்தார். 1947 ஆகஸ்ட் 15ல் அவர் ஆற்றிய வரலாற்றுச்சிறப்பு மிக்க உரையில் 'Tryst with destiny' என்ற சொல்லாட்சியை முதலில் 'Date with destiny' என்று தான் நேரு எழுதியிருந்தார். அமெரிக்க பொருளில் date என்பது ஆண்பெண் உறவைக்குறிக்கும் என்று சொல்லி Tryst என்றோ Rendezvous என்றோ அதை மாற்றலாம் என்று தான் சொன்னதாக மத்தாய் எழுதுகிறார்.

ஆனால் காந்தி கொலையுண்டபோது நேரு ஆற்றிய உரை அவர் தன்னிச்சையாக ஆற்றியது என்கிறார் மத்தாய். அகில இந்திய வானொலிக்கு அதை ஆற்றச் செல்லும் வழியில் நேரு மத்தாயை சாலையில் பார்த்து காரில் ஏற்றிக்கொள்கிறார். நேரு இலைபோல நடுங்கிக்கொண்டிருந்தார் என்கிறார் மத்தாய். அவர் எதையுமே யோசிக்கவில்லை. மத்தாய் ஏதோ சொல்ல வருகிறார், பேசாதே என்று நேரு அவரை தன் கையால் தொட்டு சைகை காட்டுகிறார். வானொலி நிலையத்துக்குச் சென்றதுமே நேரு தன்னிச்சையாக உணர்ச்சிகரமாக அந்த உரையை நிகழ்த்தினார்.

துயரத்தின் உச்சியிலும்கூட இந்தியாவின் அமைதிதான் நேருவுக்கு முதல் கவலையாக இருக்கிறது. காந்தியை ஒரு முஸ்லீம் கொன்றுவிட்டான் என்ற எண்ணம் ஏற்பட்டு அதன்மூலம் வன்முறை பரவிவிடக்கூடாது என்று அவர் நினைக்கிறார். இந்துவெறியனால் காந்தி கொல்லப்பட்டார் என்ற அவரது ஆரம்பச் சொற்றொடர் அதன் விளைவுதான்.

நேருவுக்கு காந்தியிடம் உள்ள உறவை மத்தாய் போகிற போக்கில் எழுதினாலும் அதன் ஆழத்தை நம்மால் புரிந்துகொள்ள முடிகிறது. நல்ல குருசீட உறவென்பது அப்பாமகன் உறவுக்கு நிகரானது. அது வணக்கமும் நிராகரிப்பும் கலந்தது. நேருவுக்கு காந்தி இந்துமதச்சார்பு கொண்டவராகவும் பழைமையானவராகவும் இருபதாம் நூற்றாண்டுக்குப் பொருந்தாத பத்தாம்பசலித் திட்டங்களை வைத்திருப்பவராகவும் தோன்றினார்.

நேரு தொழில்நுட்பத்தை வழிபட்டார். நிபுணர்களின் மூளைத்திறனே சமூகத்தின் ஆற்றல் என நம்பினார். வலிமையான அரசு இல்லாமல் ந்ரிவாகம் இல்லை எனக் கருதினார். ஆகவே கிராமநிர்மாணம் போன்ற காந்தியக் கொள்கைகளை அவர் அபத்தமானதாக எண்ணினார். தருணம் கிடைக்கும்போதெல்லாம் நெருக்கமானவர்களிடம் காந்தியைப்பற்றி சலித்துக்கொண்டார். அந்தரங்க உரையாடல்களில் 'பிற்போக்குக் கிழவர்' என்று சொல்லி நக்கல் செய்தார்.

ஆனால் காந்தியிடம் அவர் மிகமிக நெருக்கமாக இருந்தார். தன் அந்தரங்கத்தை முழுக்க காந்தியிடமே அவர் கொட்டினார். பூமியில் காந்தியிடம் நெருங்கிய அளவுக்கு நேரு எவரிடமும் நெருங்கவில்லை. ஆகவே காந்தியின் மரணம் நேருவுக்கு மிகப்பெரிய அடியாக இருந்தது. அதன் பின் நேரு உள்ளூர தனிமைப்பட்டார். தோழர்களிடம் அவர் அந்த அளவுக்கு நெருங்கியமைக்கும் அதுவே காரணம். ஆனாலும் அவர் ஆன்மாவில் காந்தி இல்லாத குறையை கடைசி வரை உணர்ந்தார். காந்தி இருந்தபோது நேருவில் இருந்த தன்னம்பிக்கை பின்னர் வரவே இல்லை.

காந்தி இறந்து பல மாதங்கள் கழித்து ஒருமுறை நேருவின் அறையை மத்தாய் திறக்கும்போது உள்ளே நேரு மௌனமாக கண்ணீர் வடிப்பதைப் பார்க்கிறார். நேரு எதையோ கண்டு தன் பிரியத்திற்குரிய பாப்புவை நினைவுகூர்ந்து அழுகிறார் என்று ஊகித்த மத்தாய் மெல்ல கதவை மூடிவிடுகிறார்.

இயல்பிலேயே ஜனநாயகவாதியான நேருவால் ஜனநாயக முறைமைகளுக்கு அப்பால் சிந்திக்கவே முடியவில்லை. ஆர்.கே.டால்மியா தன்னுடைய ஹிந்துஸ்தான் டைம்ஸ் மற்றும் இலஸ்டிரேட்டட் வீக்லி

வழியாக நேருவை கடுமையாகத் தாக்கிக்கொண்டிருந்தார். ஒரு கட்டத்தில் தாக்குதல் தனிமனிதர் தளத்துக்குச் சென்றது. இந்திரா குறித்தும் அவர் வசைகள் எழுதினார். கடும் கோபம் கொண்ட நேரு அந்த இதழ்களுக்கு தான் கட்டிய சந்தாவை ரத்து செய்யும்படியும் மேற்கொண்டு அந்தக் குப்பைகளை வாங்கவேண்டாம் என்றும் சொல்கிறார் – அவ்வளவுதான். அதற்குமேல் அவரால் ஓர் அதிகார பீடமாக நின்று யோசிக்க முடிவதில்லை.

நேருவுக்குப் பெண்களிடம் பெரும் ஈடுபாடு இருந்தது என்று மத்தாய் எழுதுகிறார். இளம்வயதில் அவர் கமலா நேருவிடம் பெரும் காதலுடன் இருந்தார். ஆனால் இந்திரா பிறந்ததை ஒட்டி கமலா நோயில் விழுந்தார். அத்துடன் கமலா நேரு குடும்பத்தின் உயர்குடிப் பாங்கான ஆசாரங்களில் ஈடுபடமுடியாமல் தனிமைப்படுத்தப்பட்டு எப்போதும் எரிச்சல் கொண்டவராக ஆனார். ஆகவே நேருவுக்கு அவர் மீது ஏமாற்றம் இருந்தது. கமலா மறைவுக்குப் பின்னர் அவர் பெண் தொடர்புகளில் தாராளமாகவே ஈடுபட்டார்.

ஆனால் நேருவின் பெண்தொடர்புகளை விபச்சாரம் என்றோ, பெண் களை ஏமாற்றுவது என்றோ கொள்ளமுடியாதென்பதே மத்தாயின் நூல் காட்டுவது. அவர் பெண்களிடம் காதலில் விழுகிறார். பெண்கள் அவரை பலவகைகளில் அலைக்கழிக்கிறார்கள், கூட்டிச் செல்கிறார்கள். மிருதுளா சாராபாய், பத்மஜா நாயுடு, ராஜகுமாரி அமிர்த் கௌர், எட்வினா மௌன்ட்பேட்டன் போன்று அவருக்கு காதலிகள் பலர். அவர்களுக்குள் சண்டை சச்சரவு. நேரு பொதுவாக பெண்களிடம் மென்மையானவராகவும் அவர்களை வழிபடுபவராகவுமே இருந்திருக் கிறார். அவர்களை முகர்ந்து வீசும் காமுகனாக அல்ல. பல தொடர்பு களை கடைசி வரை பேணியிருக்கிறார்.

நேருவின் காதலிகள் அவரிடமிருந்து எதையும் எதிர்பார்ப்பவர்களாக இருக்கவில்லை. ஒரு வரலாற்றுநாயகராகிய அவர் மேல் மோகம் கொண்டவர்களாக இருக்கிறார்கள். அத்துடன் அந்த உறவுகளை நேரு பெரிய ரகசியமாக வைக்கவும் இல்லை. பத்மஜா நாயுடு நேருவின் அதிகாரபூர்வ இல்லத்தில்தான் தங்குகிறார். காதலிகளை நேரு சுற்றுலா தலங்களுக்கு அழைத்துச் செல்கிறார். கடிதங்கள் எழுதுகிறார், பரிசுகள் வழங்குகிறார்.

நேருவின் சகல பெண் தொடர்புகளையும் பிற பலவீனங்களையும் ஒன்று விடாமல் பட்டியலிடுகிறார் மத்தாய். முன்னுரையில் அதற்கு நியாய காரணமாக ஃப்ரெடெரிக் மாஸன் எழுதிய நெப்போலியனின் குடும்பம் (Napoleon et sa famille by Frederic Masson) என்ற நூலை குறிப்பிடுகிறார். வரலாற்றுமனிதர்களுக்கு அந்தரங்கமேதும் இல்லை,

இருக்கலாகாது என்று சொல்லும் ஃப்ரெடெரிக் மாஸன் வரலாற்றை அவர்களின் அந்தரங்கம்தானே தீர்மானிக்கிறது என்கிறார்.

மத்தாய் 'பாலியல் ஒழுக்கம் கொண்ட ஒரு நேரு குடும்பத்தவரை நான் இனிமேல்தான் பார்க்க வேண்டியுள்ளது' என்று கூறுகிறார். தன்னைப் பற்றி 'ஹார்மோன் விஷயத்தில் நான் யாரையும் குற்றம் சொல்லும் தகுதி கொண்டவனல்ல' என்கிறார். அதனாலேயே இவ்விஷயங்களில் அவர் அளிக்கும் மொத்த மதிப்பீடும் ஒரு வகை நம்பகத்தன்மை கொண்டதாகிறது. அவர் நேருவை அவதூறு செய்துவிட்டார் என்ற வசை கிளம்பியது இக்காரணத்தாலேயே.

ஆனால் மத்தாயின் நூல் நேருவை ஜனநாயகத்தில் அசைக்க முடியாத நம்பிக்கை கொண்ட மாபெரும் மனிதாபிமானியாகவே சித்தரிக்கிறது. அரசியல் வாழ்வின் ஒவ்வொரு தருணத்திலும் தன் மனதுக்குட்பட்ட நியாயத்தையே நேரு செய்ததாகவும் அதை மீறி நடக்க நேர்ந்த சில அபூர்வ தருணங்களில் (உதாரணம்: கேரளத்தில் இ.எம். எஸ். நம்பூதிரிப் பாடு அமைத்த முதல் கம்யூனிச அரசைக் கவிழ்த்தது) அவர் மனம் புழுங்கியதாகவும் சொல்கிறார். அநீதியோ காழ்ப்போ தீண்டாத ஆளுமையாகவே இந்த கிசுகிசு வரலாற்றிலும் நேரு வெளிப்படுகிறார் என்பது ஓர் ஆச்சரியம்.

'எந்த மனிதனும் தன் வேலைக்காரன் முன் மாமனிதனாக இருக்க இயலாது என்று ஒரு கூற்று உண்டு. நான் உயிரோடு இருக்கும் வரை நேரு மாமனிதரென்றே சொல்லிக்கொண்டிருப்பேன்' என்கிறார் மத்தாய். அப்படி ஒரு மரியாதையை ஈட்டக்கூடிய மனிதர்கள் வரலாற்றி லேயே நூற்றாண்டுகளுக்கு ஒரு முறைதான் பிறப்பார்கள் என நான் எண்ணுகிறேன்.

எழுதப்பட்ட வரலாற்றை ஒரு நிழல் போலத்தொடர்ந்து செல்லும் மத்தாயின் கிசுகிசு வரலாற்றை நம் சமூகம் அறச்சீற்றத்துடன் எதிர் கொண்டது. என்னென்ன வகையான எதிர்வினைகள் அன்று வந்தன என்று தெரியவில்லை, வெளிவந்த காலத்தில் நான் சிறுவன். ஆனால் இப்போது பேசும்போது விதிவிலக்கில்லாமல் அனைவருமே அந்நூலை ஒரு 'கீழ்த்தரமான' நூல் என்றே சொன்னார்கள். மத்தாய் நன்றி மறந்தவர் என்றார்கள். எனக்கு அப்படித் தோன்றவில்லை.

மத்தாய் எழுதிய நூலை விடவும் கிசுகிசுத்தன்மை மிக்க நூல்கள் பல வந்திருக்கின்றன. வெறும் மனக்கசப்புகளை மட்டுமே வரலாறாகப் பதிவுசெய்த மௌலானா அபுல் கலாம் ஆஸாதின் இந்தியா சுதந்திரம் பெறுகிறது என்ற நூல் ஓர் உதாரணம். உண்மையில் மத்தாயியின் கிசுகிசு

நூல் அத்தகைய பல மனக்கசப்பு நூல்களுக்கு நம்பகமான பதிலாக அமைகிறது என்றே நான் நினைக்கிறேன்.

ஓர் உதாரணம், பட்டேல். அக்காலத்தில் காங்கிரஸின் நேரு அணி, பட்டேல் அணி என இரண்டு அணிகள் இருந்தன என்பது ரகசியமல்ல. மௌலானா அபுல் கலாம் ஆஸாத் நேருவின் அணியைச் சேர்ந்தவர். நேருவின் அனுதாபம் இருந்த ஒரே காரணத்தாலேயே அரசில் நீடித்தவர். அவரது சுயசரிதை வழியாக நாம் காணும் பட்டேலின் சித்திரம் மிகமிகக் கருமை பூசப்பட்டதாக இருக்கிறது.

நேரு அணியின் அரண்மனைச்சதிகளின் சூத்திரதாரனே மத்தாய் தான். பட்டேலை உளவறியவும் சமாளிக்கவும் மத்தாயையே நேரு நம்பியிருந்தார், அவருக்கு சதிகள் தெரியவில்லை. ஆனால் மத்தாய் அளிக்கும் பட்டேலின் சித்திரம் மிகுந்த சமநிலை கொண்டது. காங்கிரஸை கட்டியமைத்தவர் பட்டேல். ஆகவே அவருக்கே காங்கிரஸின் ஆதரவு இருந்தது. ஆனால் காந்தி நேருவை முன்னிறுத்தினார். அதனால் நேருவை பட்டேல் ஏற்றுக்கொண்டாகவேண்டியிருந்தது என்ற உண்மைநிலையை கறாராகச் சொல்கிறார் மத்தாய்.

நேரு பிரதமர் ஆவதில் ஆழமான மனக்கசப்பு பட்டேலுக்கு இருந்தது. அதை அவர் காந்தியிடம் சொல்லவும் செய்கிறார். ஆனால் காந்தி நேருவே பிரதமர் என்பதில் உறுதியாக இருக்கிறார். ஆகவே பட்டேல் துணைப்பிரமதர் ஆனார். இறப்பதற்கு முன்னர் காந்தி பட்டேலுக்கு ஒரு கடிதம் எழுதினார். அக்கடிதம் அனுப்பப்படவில்லை. ஆனால் ராஜகுமாரி அம்ரித்கௌர் வழியாக அதன் உள்ளடக்கம் தனக்குத் தெரியவந்தது என்று சொல்கிறார் மத்தாய். அரசில் இருந்து ராஜினாமா செய்து தன்னுடன் கிராமநிர்மாணப் பணிக்கு வரும்படி பட்டேலுக்கு காந்தி கறாராக ஆணையிட்டிருந்தார்.

அந்தக் கடிதம் கிடைத்து, காந்தியும் உயிருடன் இருந்திருந்தால் பட்டேல் கண்டிப்பாக காந்தியுடன் சென்றிருப்பார் என்கிறார் மத்தாய். அதுதான் நேர்மையான மதிப்பீடு என்பது. அரசியல் அணி பேதங்களுக்கு அப்பாற்சென்று அதைப் பதிவுசெய்ய ஒரு சமநிலை தேவை. பட்டேலின் நடவடிக்கைகளில் இருந்த அபாரமான நேர்மையை மீண்டும் மீண்டும் பதிவுசெய்கிறார் மத்தாய். அவருக்கு இஸ்லாமியர் மீது ஐயமிருந்தது, அதற்கான காரணமும் இருந்தது. தேசப்பிரிவினைக்காக ஓட்டளித்த முஸ்லீம்களில் பெரும்பகுதி இந்தியாவிலேயே தங்கிவிட்டிருந்தார்கள். அவர்கள் கூட்டம்கூடி இந்தியாவில் தங்களுக்கு தனியுரிமைகோரி தீர்மானங்களும் நிறை வேற்றினர். ஆனால் தன்னுடைய ஆட்சியின் எல்லைக்குக் கீழே

முஸ்லீம்களுக்கு எதிரான எந்த வன்முறையும் நிகழாமல் கறாராக தடுத்து நிறுத்தினார் பட்டேல்.

பட்டேலின் சித்திரங்கள் அனைத்துமே ஒளிமிக்கவையாக இருக்கின்றன. உள்துறை அமைச்சராக இருக்கும்போது நேருவின் உயிருக்கு ஆபத்து என்ற செய்தி கிடைத்து மத்தாயை தனியாக அழைத்து மிகுந்த கவலையுடன் பாதுகாப்பு ஏற்பாடுகளுக்குச் சம்மதிக்கும்படி நேருவை வற்புறுத்துவதற்கு மன்றாடுகிறார் பட்டேல்.

பட்டேல் கொஞ்சம்கூட ஏற்காத ஓர் அரசியல் உடன்படிக்கை மேற்கு வங்கத்துக்கும் கிழக்கு வங்கத்துக்கும் (பங்களாதேஷ்) இடையேயான சாலை மற்றும் நீர்ப் பங்கீடு குறித்த நேரு-லியாகத் கான் ஒப்பந்தம். அதை பட்டேல் முழுமூச்சாக எதிர்க்கிறார். ஆனால் அந்த முரண் பாட்டை மேடைகளுக்குக் கொண்டுசெல்லவில்லை. நேரு தன் ஆதரவின் பலத்தால் உறுதியாக நின்று ஒப்பந்தத்தை உருவாக்கிய பின்னர் கல்கத்தாவில் நடந்த ஒரு கூட்டத்தில் பட்டேல் அந்த ஒப்பந்தத்தை ஆதரித்துப்பேசி தன் மனவருத்தத்தை பின்னுக்கு இழுத்துக்கொண்டார். ஒருபோதும் அரசு பலவீனமானதென தோன்று வதை அவர் விரும்பவில்லை. ஆழமான மனவருத்தம் அவருக்கு இருந்த போதிலும்கூட.

நேருவை கவிழ்க்க பட்டேல் எண்ணினாரா? ஒருபோதும் இல்லை என்று மத்தாய் சொல்கிறார்.' பாப்பு கண்டுபிடித்த மனிதர் நேரு. நான் அதை மறக்கமுடியாது' என்று சொல்கிறார் பட்டேல். பலமுறை நேருவுக்கு எதிரான கவிழ்ப்புவாதிகள் பட்டேலைச் சென்று பார்க்கிறார்கள். ஒருபோதும் அவர்களை பட்டேல் ஊக்குவித்ததில்லை என்று பதிவுசெய்யும் மத்தாய் தன்னை பட்டேல் இடதுசாரி என எண்ணி உளவுபார்த்தார் என்றும், பலவிதமான கெடுபிடிகளுக்கு ஆளாக்கினார் என்றும் சொல்கிறார்.

மத்தாயின் சித்திரத்தில் வலிமையான ஆளுமையாக வருபவர் அம்பேத்கார். அழுத்தமான ஜனநாயகவாதியாகவும் அகிம்சையில் நம்பிக்கை கொண்டவராகவும் அவரைச் சித்தரிக்கிறார் மத்தாய். அவர் நேருவுடன் சண்டைபோட்டு அரசில் இருந்து விலகியபின் 1952ல் அவரது இல்லத்தில் மத்தாய் அம்பேத்காரைச் சந்திக்கிறார். அவர்கள் பேசிக்கொண்டிருக்கும்போது அம்பேத்கார் 'இந்த நூற்றாண்டின் மாபெரும் இந்தியர் காந்தி அல்ல, விவேகானந்தர்தான்' என்கிறார்.

மத்தாய் சிரித்தபடி 'ஆனால் உங்களை மந்திரிசபையில் சேர்த்து அரசியல் சாசனம் எழுத வைத்தவர் காந்திதானே?' என்கிறார். அந்தத் தகவலே அம்பேத்காருக்கு தெரிந்திருக்கவில்லை. அவர் ஆச்சரிய மடைகிறார். நடந்த விஷயங்களை மத்தாய் சொல்கிறார். மந்திரிசபைப்

பட்டியலுடன் நவகாளியில் இருந்த காந்தியை நோக்கி தூதனை அனுப்பினார் நேரு. அம்பேத்காரை அழைத்துச் சேர்க்கும்படி குறிப்பு எழுதி அனுப்பினார் காந்தி.

மனிதர்களை அவர்களின் பலவீனங்களுடன் சொல்வதில் மத்தாய் தயக்கமே காட்டுவதில்லை. மத்தாய் காட்டும் மௌலானா ஆஸாதின் சித்திரம் வேடிக்கையானது. அழகான உருது பேசும் ஆற்றல் கொண்டவர் ஆஸாத். இஸ்லாமிய நூல்களில் பெரும் பண்டிதர். இந்திய தேசியம் மீது ஆழமான பற்றும் கொண்டிருந்தார். ஆனால் உயர்தர மதுவகைகளின் அடிமை. சந்தர்ப்பம் கிடைக்கும்போதெல்லாம் மதுப்புட்டிகளுடன் தனியறையில் ஒதுங்கவே எண்ணுகிறார். எந்த ஒரு தலைபோகிற நிகழ்ச்சியானாலும் ஆறுமணிக்குள் கிளம்பிவிடுவார். உடைமாற்றி தனியறைக்குள் கையில் ஸ்காட்சுடன் பாட்டு கேட்டுக்கொண்டு அமர்ந்திருப்பார்.

வி.கே.கிருஷ்ணமேனனின் பலவிதமான பலவீனங்களைச் சொல்கிறார். பெண்களுடன் அவருக்கிருந்த தொடர்புகள், உடல்நலச்சிக்கல்கள், போதைப்பழக்கம். அதேசமயம் அவர் இந்தியா லீகில் சுதந்திரத்துக்காக பட்டினி கிடந்து போராடிய சித்திரமும் இருக்கிறது. இந்திய தூதராக அவர் திறம்படச் செயலாற்றிய சித்திரமும் அமைச்சராகச் சொதப்பிய சித்திரமும் இருக்கிறது.

அரசியல்வாதிகள் தங்களை மிகையாகக் கற்பனை செய்துகொண்டிருப் பதை மத்தாய் சொல்லும்போது அதில் ஆச்சரியமென்ன இருக்கிறது என்றே தோன்றுகிறது. தன்னை நேருவின் வாரிசாகவே கிருஷ்ண மேனன் எண்ணிக்கொண்டிருந்தார். நேரு ஒரு மாநாட்டில் பேசிக் கொண்டிருக்கையில் அருகே இருக்கும் கனடாவின் தூதரின் காதில் விழும்படியாக 'ஜவகருக்கு வயதாகிவிட்டது. இன்னும் எத்தனை நாள்தான் நான் இப்படி பின்னாலிருந்து வண்டி ஓட்டுவது?' என்கிறார். 'வாயை மூடுங்கள்' என்று மத்தாய் சீறுகிறார்.

மொரார்ஜி தேசாயின் பலவகையான அசட்டுப் பிடிவாதங்களை நக்கலாக விவரிக்கும் மத்தாய் ஒரு நிகழ்ச்சியைச் சொல்கிறார். இந்திரா அமைச்சரவையில் மொரார்ஜி நிதியமைச்சராக இருக்கும்போது மந்திரிசபையில் இருந்த ஒரு கோஷ்டி மொரார்ஜியைச் சந்தித்துப் பேசுகிறது. அப்போது மொரார்ஜிக்கும் இந்திராவுக்கும் கருத்து வேற்றுமை முற்றிப்போய் மொரார்ஜி வெளியேறும் மனநிலையில் இருந்தார். இந்திராவைக் கவிழ்க்க தாங்கள் உதவுவதாகச் சொல் கிறார்கள். 'நான் மிஸிஸ் காந்தியின் அமைச்சரவையில் இருக்கிறேன். அந்தப்பேச்சுக்கே செவிகொடுக்க மாட்டேன். அவரை கவிழ்ப்ப தென்றால் வெளியே சென்று பகிரங்கமாகவே செய்வேன்' என்று அவர்களை துரத்துகிறார் மொரார்ஜி.

மௌண்ட்பேட்டனைப் பற்றிய மத்தாயின் சித்திரம் நான் பலநூல்கள் வழியாக உருவாக்கிக்கொண்ட ஒன்றாகவே இருக்கிறது. மௌண்ட்பேட்டன் உயர்குடியில் பிறந்த உயர்கல்வி கற்ற உயர்பதவிகளை அடைந்த ஓர் எளிமையான மனிதர். கொஞ்சம் அசட்டுத்தனமானவர். ஆடம்பரங்கள் முகஸ்துதிகளை விரும்புகிறார். தன்னைப்பற்றி மிகவும் அதிகமாக எண்ணிக்கொள்கிறார்.

வயதான காலத்தில் தன்னைப்பற்றி நூல்கள் எழுத செய்வதில் மிகவும் தீவிரமாக ஈடுபட்டார். டொமினிக் லாப்பியர் மற்றும் லாரி காலின்ஸ் எழுதிய நள்ளிரவில் சுதந்திரம் என்ற பிரபல நூலில் மௌண்ட்பேட்டன் ஒரு கதாநாயகனாகக் காட்டப்பட்டிருக்கிறார். அவரே இந்தியப் பிறவியின் நாயகன் என்பது போல. அது அவரால் சொல்லிக்கொடுத்து 'ஊக்குவிக்கப்பட்டு' உருவாக்கப்பட்டது என்கிறார் மத்தாய்.

உதாரணமாக ஒரு நிகழ்ச்சி. 1972ல் மௌண்ட்பேட்டன் பிரபு மத்தாயிக்கு ஒரு கடிதம் கொடுத்து லாரி காலின்ஸையும் டாமினிக் லாப்பியரையும் அனுப்புகிறார். அவர்கள் எழுதும் நூலுக்கு உதவி செய்யும்படி. அந்த நூலுக்காக அவர்கள் மௌண்ட்பேட்டனை எடுத்த பேட்டி அக்காலத்தில் லிஸனர் இதழில் வெளிவந்தது. அந்தப் பேட்டியின் தகவல்கள் அவ்வளவும் தவறு என்று மத்தாய் சொல்கிறார். ஆனால் அவற்றை அப்படியே நூலில் மேலும் நாடகத்தனமாக எழுதினார்கள் லாரி காலின்ஸ் டாமினிக் லாப்பியர் இரட்டையர்.

மௌண்ட்பேட்டன் சொன்னது இதுதான். இந்தியா சுதந்திரம் பெற்று அதிகாரக் கைமாற்றம் நடந்தபின்னர் 1947 செப்டெம்பரில் மௌண்ட்பேட்டன் மேற்கொண்டு ஒன்றும் செய்வதற்கில்லை என்று சிம்லாவிற்குச் சென்று ஓய்வெடுத்துக்கொண்டிருந்தபோது ஒருநாள் இரவு வி.பி.மேனன் ஃபோனில் அழைக்கிறார். உடனே கிளம்பி டெல்லி வரும்படி பதற்றத்துடன் கெஞ்சுகிறார். 'இங்கே எல்லாமே தாறுமாறாகக் கிடக்கிறது. கூட்டம் கூட்டமாக ஆட்கள் சாகிறார்கள். நீங்கள் உடனே வந்து ஆட்சியை மீண்டும் ஏற்றுக்கொள்ள வேண்டும்' என்று மன்றாடுகிறார். 'நீங்கள் லட்சக்கணக்கானவர்களை போர்க்களத்தில் நடத்திச்சென்றவர். உங்களால் மட்டுமே நிலைமையைச் சமாளிக்க முடியும்' என்கிறார்.

'அது மரியாதையாக இருக்காது என்று நான் சொன்னேன்' என்கிறார் மௌண்ட்பேட்டன் அந்தப் பேட்டியில் 'நான் அவர்களுக்கு ஆட்சியைக் கொடுத்த பின்னர் அவர்களிடம் இருந்து பிடுங்குவது போல ஆகிவிடும். அது அவர்களை சோர்வடையச்செய்யும். நான் ஒருவாரம் கழித்து வருகிறேன்' என்றேன். 'உடனே கிளம்பி வருவதென்றால் இந்தியா தப்பும். இன்றிரவே தாங்கள் வரவில்லை

என்றால் அதன்பின் வரவே வேண்டாம்' என்றார் மேனன். உடனே நான் 'வி.பி, கிழட்டுப்பன்றி, நீ என் மனதை மாற்றிவிட்டாய்' என்றேன்' என்கிறார் மௌண்ட்பேட்டன்.

இந்நிகழ்ச்சியை மேலும் பெரிதாக்கி நேருவும் பட்டேலும் நாட்டை தங்களால் காப்பாற்ற முடியாது என்று மௌண்ட்பேட்டனிடமே திருப்பிக்கொடுக்க முடிவெடுத்து தூதனாக வி.பி.மேனனை அனுப்பினார்கள் என்று டொமினிக் லாப்பியரும் லாரி காலின்ஸூம் எழுதினார்கள். 'சுதந்திரம் கிடைத்து இருபது நாட்களுக்குள் ஒரு வேடிக்கை நடந்தது. இந்தியாவின் பிரதமரும் உள்துறை அமைச்சரும் மீண்டும் மௌண்ட்பேட்டனிடமே ஆட்சியை அளிக்க தயாரானார்கள்!' என்று தொடங்கி அதை எழுதுகிறார்கள். வெள்ளைக்காரன் எதைச் சொன்னாலும் நம்பும் பலர் மேற்கோள்காட்டிய நிகழ்ச்சி அது.

உண்மையில் என்ன நடந்தது? அந்த ஃபோன் அழைப்பு வி.பி.மேனன் அவரே செய்தது. அவர் பதற்றம் கொண்டவர் என்பதுடன் வெள்ளையர் கீழே வேலைபார்த்து பழகிய அவருக்கு நேரு மற்றும் பட்டேலின் நிர்வாகத்திறனில் நம்பிக்கையும் இருக்கவில்லை. ஆனால் மௌண்ட்பேட்டன் கிளம்பி வருகிறார் என்று தெரிந்ததும் மேனன் ஓடிவந்து என்ன நடந்தது என்று மத்தாயிடம் சொல்கிறார். பதமாக நேருவிடம் சொல் என்கிறார். மத்தாய் கடும் கோபம் அடைந்து மேனனை வசை பாடுகிறார். 'யமுனையில் என்ன ரத்தமா ஓடுகிறது? இந்த தகவல் தெரிந்தால் நேரு உன்னை ஒழித்துக்கட்டிவிடுவார்' என்கிறார்.

ஏனென்றால் நேருவும் பட்டேலும் மிகவும் சிரமப்பட்டுத்தான் மௌண்ட்பேட்டனை சிம்லாவுக்கு அனுப்பி வைத்திருந்தார்கள். காரணம் மௌண்ட்பேட்டன் நிர்வாக அனுபவமே இல்லாதவர். அவர் எங்குமே படைகளை நடத்தியதில்லை. இரண்டாம் உலகப்போரில் தென்கிழக்காசியாவில் மக்ஆர்தரின் தலைமையில் நடந்த போரில் பிரிட்டிஷ் படைகளின் அலங்காரத்தலைவராகவே இருந்தார். மக்ஆர்தர் மௌண்ட்பேட்டனை ஒரு தொல்லையாகவே எண்ணினார். உயர்பதவி களுக்கு அரசகுலத்தவரை நியமிக்கும் பிரிட்டிஷ் மரபின்படி அந்த இடத்துக்கு வந்தவர் மௌண்ட்பேட்டன்.

மௌண்ட்பேட்டன் பிரிட்டிஷ் மன்னர் அளிக்கும் பட்டங்கள் கௌரவங்கள் ஆகியவற்றில் எந்த அளவுக்கு ஆர்வம் கொண்டிருந்தார் என்பதை மத்தாய் வேடிக்கையாக எழுதுகிறார். கடைசிநாள் வரை பிரிட்டிஷ் பட்டங்களுக்கு தன்னை சிபாரிசு செய்யும்படி நேருவுக்கு எழுதிக்கொண்டிருந்தார் அவர். ஒரு மேடையில் மக் ஆர்தருடன் நிற்கும்போது அவர் போட்டிருக்கும் பதக்கங்களை விட தன் பதக்கங்கள் குறைவானவை என்று கண்டு மௌண்ட்பேட்டன் அடையும் பதற்றத்தை மத்தாய் பதிவுசெய்கிறார்.

மேலும் இந்தியாவைப்பற்றி மௌண்ட்பேட்டனுக்கு ஒன்றுமே தெரியாது. பிரிவினையின் பெரும்பாலான குளறுபடிகளுக்கு மௌண்ட் பேட்டனின் விஷயமறியாத அசட்டுத்தன்னம்பிக்கையே காரணம் என்பது நேருவுக்கும் பட்டேலுக்கும் இருந்த எண்ணம். அவசரகதியில் நாட்டைப்பிரிக்க ஏற்பாடு செய்தது, அந்தத் திட்டத்தை பகிரங்கப் படுத்தி வகுப்புக்கலவரங்களை ஆரம்பித்தது, இந்திய நிலத்தைப் பற்றியும் மக்கள்பரவல் பற்றியும் எதையுமே தெரிந்திராத சர்.ராட்கிளிஃப் அவர்களிடம் பிரிவினை எல்லையை வகுக்கச் சொன்னது, சமஸ்தான மன்னர்களிடம் அவர்கள் விருப்பப்படி இந்தியாவில் அல்லது பாகிஸ் தானில் சேரலாம் அல்லது தனியாகச் செயல்படலாம் என்று சொன்னது என எல்லாமே மௌண்ட்பேட்டனின் குளறுபடிகள்.

வி.பி.மேனன் மத்தாயிடம் கெஞ்ச ஆரம்பித்தார். மலையாளிக்கு மலையாளி. ஆகவே வேறு வழியில்லாமல் நேருவிடம் விஷயத்தை மத்தாய் சொல்கிறார். நேரு கடும் கோபம் கொண்டு குதிக்கிறார். மேனன் பட்டேலிடம் ஓடிப்போய் சரணடைகிறார். பட்டேல் ஒரு திட்டம் கொண்டுவருகிறார். அதன்படி மௌண்ட்பேட்டனுக்கு எல்லா காகிதத்திலும் ஒரு பிரதியை அனுப்பி வைப்பது. ஆனால் எந்த உத்தரவும் அவர் பிறப்பிக்காமல் இருக்கச்செய்வது. அதுதான் நடந்தது.

அதை விரிவாக விளக்கியும்கூட டொமினிக் லாப்பியரும் லாரி காலின்ஸும் மௌண்ட்பேட்டனிடம் நேரு சரணடைந்ததாக எழுதியமைக்குக் காரணம் மௌண்ட்பேட்டனின் விருப்பம் மட்டு மல்ல, வெள்ளைய மேலாதிக்க நோக்கும் கூடத்தான். அதாவது இந்தியர்களால் ஆளமுடியாது என்ற எண்ணம். ஆனால் 1947 ஆகஸ்ட் முதல் ஒவ்வொரு கணமும் பட்டேலிடம்தான் சுக்கான் இருந்தது. இரண்டே மாதங்களில் மௌண்ட்பேட்டனை லண்டனுக்கு அனுப்பி விட்டு ராஜாஜியை கவர்னர் ஜெனரலாக ஆக்கி பட்டேல் நிலைமையைக் கட்டுக்குக் கொண்டுவந்தார்.

இந்தியா இந்துக்களாகவும் முஸ்லீம்களாகவும் பிரிந்து பெரும் கலவரங்கள் நடந்துகொண்டிருந்தன. இந்திய மாகாண அரசுகள் கலைக்கப்பட்டிருந்தமையால் மாகாண காவல்துறை ஒருங்கிணைக்கப் பட்டிருக்கவில்லை. இந்தியாவை ஆண்ட பிரிட்டிஷ் இந்திய ராணுவம் மதவாரியாக கன்னாபின்னாவென்று பிரிக்கப்பட்டிருந்தது. அதை நடத்திய வெள்ளையத் தளபதிகள் அனைவரும் நாட்டை விட்டு வெளி யேறியமையால் அது முற்றிலும் கட்டுக்கோப்பில்லாமல் இருந்தது.

மேலும் சமஸ்தான மன்னர்கள் கையில் சுதந்திரம் கொடுத்துவிட்டுப் போகும் பிரிட்டிஷாரின் முடிவு காரணமாக நாட்டில் உள்ள பல மன்னர்கள் பிரிந்துபோகும் முடிவில் இருந்தார்கள். கஜானா கிட்டத்

தட்ட காலியாக இருந்தது. நிர்வாகத்தில் உதவ அரசியல் பின்னணி உடைய எவரும் இருக்கவில்லை. ஒட்டுமொத்தமாக நாடே ஒன்றுடன் ஒன்று தொடர்பில்லாத, மையமில்லாத, துண்டுகளாக சிதறிக்கிடந்தது.

அந்நிலையில் ஆறு மாதத்தில் அனைத்தையும் கட்டுக்குள் கொண்டு வந்து, மாபெரும் மக்கள்தொகையும் ஏராளமான பேதங்களும் கொண்ட இந்த பிரம்மாண்டமான தேசத்தை ஒரு வலுவான அமைப்பாக ஆக்கிய வல்லபாய் பட்டேல் இன்றுவரை உலகம் கண்ட மகத்தான நிர்வாகிகளில் ஒருவர் என்பதை கொஞ்சம் வரலாறு அறிந்த எவரும் உணரமுடியும். மிகமிகக் குறைவான வன்முறையுடன், அனேகமாக மக்கள் மீது சிறிய தாக்குதல்கூட இல்லாமல், அதை நிகழ்த்தினார் பட்டேல். அந்தப் பட்டேல் மௌண்ட்பேட்டன் காலில் போய் விழுந்தார் என்று டொமினிக் லாப்பியர் லாரி காலின்ஸ் போன்றவர்கள் விடும் கதைகளின் உண்மைநிலையை நாம் மத்தாயின் நூலிலேயே காண்கிறோம்.

காமராஜை பற்றி இந்நூலில் உள்ள சித்திரம் சட்டென்று ஒரு எரிச்சலை உருவாக்கும். எரிச்சலூட்டுவதில் மத்தாய் நிபுணர், புண்பட்ட அகங்காரம் கொண்டவரின் மனநிலை அது. காமராஜின் நிறத்தையும் முகத்தோற்றத்தையும் பற்றி நக்கலாக எழுதுகிறார் — ஆதிமனிதனைப் போல் இருந்தார் என. ஆனால் அந்த எரிச்சலுடன் வாசித்தால் காமராஜின் ஆளுமையை அவர் மிகவும் உயர்வாகவே சொல்கிறார் என்பது ஆச்சரியமளிக்கிறது.

காமராஜை அர்ப்பணிப்புள்ள அரசியல்வாதியாகவும் மிகுந்த மதிநுட்பம் உள்ளவராகவும் நிர்வாகியாகவும்தான் மத்தாய் சித்தரிக்கிறார். இந்திரா காந்தி நாணய மதிப்பைக் குறைத்தபோது அந்த மாற்றத்தின் விளைவு களை காமராஜ் தெருவில் விற்கும் கத்தரிக்காயின் விலையில் வந்த உயர்வை வைத்தே புரிந்துகொள்கிறார். இந்திராவை அவர் ஆதரித்தது வட இந்திய தொழில்சதிக்கும்பல் ஒன்று அதிகாரத்தைக் கைப்பற்றக் கூடாது என்பதற்காகவே. முழுக்க முழுக்க நாட்டுநலனை நாடியே. ஆனால் இந்திரா இன்னொரு சதிமையமாக ஆனதை அவர் கண்டார். காமராஜ் அவமானப்படுத்தப்பட்டு மனமுடைந்து இறந்தார் என்கிறார் மத்தாய்.

மத்தாய் நேருவைப்பற்றி அளிக்கும் சித்திரங்கள் சனாதன நோக்குள்ள வர்களை கசப்படையச்செய்யலாம். நேரு சுருட்டை விரும்பி பிடிக்கிறார். மது அருந்துகிறார். பன்றியிறைச்சியும் மாட்டிறைச்சியும் உண்கிறார். தன்னுடைய உரைகளை முழுக்க நேரு அவரே எழுதிக் கொண்டார் என்று சொல்லும் மத்தாய் இந்திரா வந்தபின்னர்தான் பட்லர்கூட உரை எழுதித்தர ஆரம்பித்தார்கள் என்கிறார்.

இந்நூல் நேருவின் காதலிகளைப் பற்றிய சித்திரங்களினால்தான் பரபரப் படைந்தது. நேருவுக்கு இளமையிலேயே பல பெண்களுடன் உறவிருந்தது. நோயாளியான கமலா அவருக்கு இணையான தோழியாக இருக்கவில்லை. மத்தாய் விவரிக்கும் நேருவின் காதலியர் நால்வர். மிருதுளா சாராபாய், பத்மஜா நாயுடு, எட்வினா மௌண்ட்பேட்டன், சிரத்தா மாதா ஆகியோர்.

மிருதுளா சாராபாயை கொஞ்சம் கூட பெண்மையே இல்லாத பெண் என்கிறார் மத்தாய். இந்தியப்பிரிவினையின்போது நிகழ்ந்த கொடுமை களை சரிசெய்வதில் ஆத்மார்த்தமான முரட்டுத்தனத்துடன் அவர் உழைத்தார். சிறுவயதில் அவருக்கும் நேருவுக்கும் தொடர்பிருந்தது. அந்த உறவை தன்வரையில் மிருதுளா பேணிவந்தார் என்கிறார் மத்தாய்.

பத்மஜா நாயுடு சரோஜினி நாயுடுவின் மகள். எப்போதும் அதீத வெட்கத்தை பாவனைசெய்பவர். நேரு 1947ல் பாட்னா சென்றபோது உத்தரபிரதேச கவர்னராக இருந்த சரோஜினிநாயுடு பத்மஜாவை நேரு மணம்புரியும் அறிவிப்பை வெளியிடுவார் என்று எல்லாரிடம் சொன்னாராம். ஆனால் நேரு எட்வினாவுடன் சென்றிறங்கியபோது சரோஜினி வாயடைத்து போனார் என்று மத்தாய் எழுதுகிறார். வருடத்தில் ஒருமுறை நேரு, இந்திரா மற்றும் தன்னுடைய பிறந்த நாளைக் கொண்டாடுவதற்காக நேருவின் இல்லத்திற்கு வந்து ஒரு மாதம் தங்கும் வழக்கம் பத்மஜாவுக்கு இருந்தது.

பத்மஜாவை இந்திரா விரும்பவில்லை. நேரு அதிகார பூர்வ பயணம் மேற்கொள்ளும் காரிலேயே பத்மஜாவும் ஏறிக்கொள்வதை தடுக்க மத்தாயிடம் சொல்கிறார். மத்தாய் வாழ்நாள் முழுக்கச் செய்த வேலைகளே அவை போன்றவைதான். அடுத்த முறை பத்மஜாவை இந்திராவே கையைப்பிடித்துக் கூட்டிக்கொண்டு தன் காரில் ஏற்ற மத்தாய் சொல்கிறார். இரு பேரப்பிள்ளைகளையும் நேருவுடன் அதற்கு முன்னரே ஏற்றிவிட்டுவிடுகிறார்.

லேடி மௌண்ட்பேட்டனின் சருமம் கிழவியைப்போன்றது, ஏன் நேருவுக்கு அவர் மேல் ஈடுபாடு வந்தது என்றே தெரியவில்லை என்று சொல்கிறார் மத்தாய். ஒருமுறை காமன் வெல்த் கூட்டத்தில் அனை வரும் உள்ளே இருக்க வராந்தாவில் நின்று பலமணிநேரம் எட்வினா விடம் கடலைபோடும் நேருவை பிறர் கவனத்தைக் கவராமல் இழுத்துக்கொண்டுவர மத்தாயும் கிருஷ்ணமேனனும் படும்பாடு வேடிக்கையானது. நேரு தன் அறையில் எட்வினாவின் படத்தை வைத்திருப்பதைக் கண்ட பத்மஜா தன்னுடைய படத்தையும் அங்கே வைக்க முயல்கிறார். நேரு தூக்கிப் போட்டுவிடுகிறார்.

ஏதோ மதநிறுவனத்துக்காக நிதி கோரித்தான் நேருவைச் சந்திக்க வருகிறார் சிரத்தா மாதா. இந்துத் துறவி, ஆனால் பேரழகி. நேரு அவரிடம் காதலாகிறார். பின்னர் ஒரு கிறித்தவ நிறுவனத்தில் இருந்து அங்கே ஒரு குழந்தையைப் பெற்ற பெண் ஒருத்தி விட்டுச்சென்ற கடிதங்கள் என ஒரு கத்தைக் கடிதங்களை நேருவுக்கு அனுப்புகிறார்கள். அந்தக் கடிதங்களை மத்தாய் பார்க்கிறார். நேருவின் கடிதங்கள். அது ஆண் குழந்தை. அவனைக் கண்டுபிடிக்கவே முடியவில்லை. கண்டுபிடித்திருந்தால் நானே வளர்த்திருப்பேன் என்கிறார்.

இந்நூல் வெளிவந்ததும் 1978 பிப்ரவரியில் இந்தியா டுடே இதழ் சிரத்தா மாதாவின் பேட்டியை வெளியிட்டது. மத்தாய் சொல்வது ஆதார மில்லாத பொய் என்று சிரத்தாமாதா சொன்னார். ஆனால் அது சிரத்தா மாதா அல்ல என்று மத்தாய் சொல்லிவிட்டார். மத்தாயின் நூலில் ஓர் அத்தியாயம் 'அவள்' என்றபேரில் உள்ளது. இந்தியப்பதிப்புகளில் அது சேர்க்கப்படவில்லை. இப்போது இணையத்தில் கிடைக்கிறது. அது மிகவும் அந்தரங்க அத்துமீறலான ஒன்று என்று நினைக்கிறேன்.

மத்தாயின் நேரு வரலாறு ஒரு நல்ல வரலாற்றுக்குத் தேவையான வரலாற்று நோக்கு உள்ளது அல்ல. கிசுகிசுத் தொகுப்புதான். ஆனால் இந்திராகாந்தியைப் பற்றிய பகுதிகள் மட்டுமே வன்மத்துடன் எழுதப் பட்டுள்ளன. மற்ற குறிப்புகளில் பெரும்பாலும் தன் அனுபவத்தையும் அபிப்பிராயங்களையும் அப்பட்டமாகச் சொல்ல மத்தாய் முயன்றிருக்கிறார்.

சராசரி வாசகன் இதை அந்தரங்க அழிப்பு என எண்ணலாம். ஆனால் வரலாற்றில் அப்படி அந்தரங்கம் பகிரங்கம் என்ற பிரிவினை இல்லை. எல்லாம் இணைந்தே வரலாற்றை உருவாக்குகின்றன. வெளிப் படையாக பேசப்பட்டவை மட்டுமல்ல அந்தரங்கமாக நிகழ்ந் தவையும் சேர்ந்துதான் நம் தலையெழுத்தைத் தீர்மானிக்கின்றன. நம் தலையெழுத்தை அறிய நமக்கு உரிமை உண்டு. ஆகவே தனிநபர் களைப்போல பொதுமனிதர்களுக்கு அந்தரங்கம் இருக்க முடியாது.

நேருவின் ஒரு பலவீனம் இந்திய வரலாற்றில் ஓர் விளைவை உருவாக்கியதென்றால் அந்த பலவீனத்தை அறிய வரலாற்றா சிரியனுக்கு உரிமை உண்டு. அதைத்தான் மத்தாய் அவரது முன்னுரைக் குறிப்பில் சொல்கிறார். இந்நூலின் பல இடங்கள் வரலாற்றில் உண்மையில் என்ன நடந்தது என்பதைக் காட்டுவன என்பதை மறுக்க முடியாது.

எம்.சி.ராஜா

வரலாற்றில் மறைந்த தலைவர்

1921இல் சென்னையில் பின்னி ஆலை வேலை நிறுத்தம் நடந்தது. இந்தியத் தொழிற்சங்க வரலாற்றிலேயே முக்கியமான போராட்டம் இது. திரு.வி.க. இந்தப் போராட்டத்தை தலைமை ஏற்று நடத்தினார். தொழிற்சங்க முன்னோடியான வாடியாவின் பங்களிப்பு இதில் இருந்தது.

இந்தியாவில் தொழிற்சங்கப் போராட்டங்கள் அப்போதுதான் ஆரம் பித்திருந்தன. தொழிற்சங்க இயக்கமே குழந்தை நிலையில்தான் இருந்தது. மும்பை, கல்கத்தா, சென்னை போன்ற ஊர்களில் உள்ள ஆலை ஊழியர் நடுவேதான் அது அரும்பியிருந்தது.

இந்தியத் தொழிற்சங்கப் போராட்டத்திற்கு ஆரம்பத்தில் அதற்கே உரிய பல பிரச்சினைகள் இருந்தன. இந்தியத் தொழிலாளர்கள் இந்தியாவின் நகரங்களில் கடுமையான நில அடிமை முறையில் இருந்து தப்பி வந்தவர்கள். அவர்களுக்கு தொழிற் சாலை உழைப்பு எளிதானதாக இருந்தது. மேலும் அவர்களுக்கு கிடைத்த பொருளியல் சுதந்திரத்தை அவர்கள் உற்சாகமாகக் கொண்டாடினார்கள். ஆனால் தொழிற்சாலை உழைப்பு அவர்களின் ஆரோக்கியத்தை அழிக்கிறது என்றும் கடுமையான சுரண்டலுக்கு அவர்கள் ஆளாகிறார்கள் என்றும் அவர்கள் உணர்ந்திருக்கவில்லை.

அத்துடன் அந்த ஊழியர்கள் நிலப்பிரபுத்துவ காலகட்டத்தில் பிறந்து வளர்ந்தவர்கள். அந்தக் காலகட்டத்தின் சாதி மத நம்பிக்கைகள் அனைத்தையும் அவர்கள் கொண்டிருந்தார்கள். தொழிலாளர் என்ற அடையாளத்துடன் ஒருங்கிணைவது அவர்களுக்கு அனேகமாக சாத்தியப்படவில்லை.

மூன்றாவதாக, அந்தத் தொழிலாளர்கள் தங்களுக்குக் கிடைத்த சுதந்திரத்தை எப்படிப் பயன்படுத்துவது என்று அறியாதவர்களாக இருந்தார்கள். அவர்களில் பெரும்பாலானவர்கள் குடிப்பழக்கம் கொண்டு அழிந்தனர். அடிதடிகள், கள்ள உறவுகள், விபச்சாரம் போன்ற வற்றில் மூழ்கியிருந்தனர்.

கிட்டத்தட்ட ஒரு மதத்தைப் பரப்புவது போல உக்கிரமான அறப்பிரச் சாரம் வழியாகவே இந்தியாவில் தொழிற்சங்க இயக்கத்தை உருவாக்க முடிந்தது. அந்த இயக்கத்தின் ஆரம்பகாலத் தலைவர்கள் திரு.வி.க. போல துறவு மனப்பான்மை கொண்டவர்களாக இருந்தார்கள்.

1921 பின்னி மில் வேலைநிறுத்தம் இந்திய அரசியல் சூழலில் உள்ள முக்கியமான முரண்பாட்டை வெளிச்சத்திற்குக் கொண்டுவந்தது. இந்திய தலித்துக்களில் ஒரு சாரார் நிலப்பிரபுத்துவ அடிமை வாழ்வில் இருந்து வெளியே வரமுடிந்தது, பிரிட்டிஷார் ராணுவத்திலும் ஆலைகளிலும் அவர்களைச் சேர்த்துக் கொண்டதன் விளைவாகவே. ஆகவே பிரிட்டிஷார் மீது விசுவாசத்துடன் அவர்கள் இருந்தார்கள்.

அத்துடன் இந்தியத் தொழிலாளர்களில் பெரும்பாலானவர்கள் சாதிய உணர்வுடன் இருந்தார்கள். அவர்கள் தலித் ஊழியர்களை ஒதுக்கியே வைத்திருந்தார்கள். ஆரம்ப கால தொழிற்சங்க முன்னோடிகள் தலித்துக் களை தொழிற்சங்க நடவடிக்கைகளில் ஈடுபடுத்த எடுத்துக்கொண்ட முயற்சிகள் பலன் அளிக்கவில்லை.

பின்னி ஆலை வேலை நிறுத்தத்தில் தலித்துக்கள் தொழிற்சங் கங்களுக்கு எதிராகவும் வெள்ளையர் ஆட்சிக்கு ஆதரவாகவும் நிலைப் பாடு எடுத்தார்கள். இது கருங்காலித்தனம் என்று தொழிலாளர்கள் கொதித்தார்கள். தலித் தொழிலாளர்களுக்கும் பிறருக்கும் கடுமையான மோதல்கள் நடைபெற்றன.

இந்த நிகழ்வுகளை திரு.வி.க. அவரது வாழ்க்கை வரலாற்றில் விரிவாகவே பதிவு செய்திருக்கிறார். திரு.வி.க. தொழிற்சங்கத் தலை வராக இருந்தார். மிக எளிமையான காந்தியவாதி. கால்நடையாகச் செல்பவர். அவரைத் தாக்கவும் பழியை தலித்துக்கள் மீது போடவும் பிரிட்டிஷ் அரசு சதி செய்தது.

இந்த நிலையில்தான் புளியந்தோப்பு கலவரம் என்ற புகழ்பெற்ற நிகழ்ச்சி நடந்தது. தலித்துக்களுக்கும் பிற தொழிலாளர்களுக்கும் பெரிய மோதல் வெடித்தது. துணிச்சலுடன் கலவரப்பகுதிகளுக்குப் போன திரு.வி.க. தாக்குபவர்களை நேருக்கு நேர் எதிர்கொண்டு அவர்களை நோக்கிப்பேசினார். அந்தக் கலவரத்தை பரவலாக்கி அதன்

மூலம் போராட்டத்தை ஒடுக்க ஆங்கில அரசு செய்த எல்லா முயற்சி களையும் முறியடித்தார்.

அந்தப் போராட்டத்தில் திரு.வி.க.வுக்கு எதிர்த்தரப்பில் தலைமை ஏற்றிருந்தவர் எம்.சி.ராஜா. தலித் தலைவரான எம்.சி.ராஜா உறுதியான பிரிட்டிஷ் ஆதரவாளர். பிரிட்டிஷார் அதன் பொருட்டு அவருக்கு இராவ் பகதூர் உள்ளிட்ட பட்டங்களைக் கொடுத்து கௌரவித்தார்கள். திரு.வி.க.வும் எம்.சி.ராஜாவும் இராயப்பேட்டையிலேயே வாழ்ந்த வர்கள். வெஸ்லி கல்லூரியில் சேர்ந்து படித்தார்கள். இருவருமே வெஸ்லி கல்லூரியில் வேலை பார்த்தார்கள். அங்கே ராஜா முதல் வகுப்பு முதல் ஐந்தாம் வகுப்புவரை உள்ள பகுதியின் மேற்பார் வையாளர் ஆனார். திரு.வி.க. தமிழ்ப் பேராசிரியர்.

பின்னர் ராஜா 1916 ஆம் ஆண்டில் பிரிட்டிஷ் ஆதரவுக்காக உருவான ஜஸ்டிஸ் கட்சியில் இணைந்தார். அரசியலில் தீவிரமாக ஈடுபட ஆரம் பித்தார். திரு.வி.க.வின் மனம் காங்கிரஸ்பால் சென்றது. ‘தேசபக்தன்’ என்ற இதழை நடத்துவதற்காக அவர் கல்லூரிப் பணியை உதறியபோது, எம்.சி.ராஜா வேலையை விட்டுவிட வேண்டாம் என்று திரு.வி.க.வை விலக்கினார். திரு.வி.க. அதைப் பொருட்படுத்தவில்லை.

நண்பர்கள் இருவரும் போரிடும் இருதரப்பையும் வழிநடத்தும் நாடகீய மான வரலாற்றுத் தருணம். ஆனால் இருவரிடையே நட்பு மட்டும் வலுவாகவே நீடித்தது. போராட்டத்தின் தொடக்கத்தில் திரு.வி.கவை எம்.சி.ராஜா வந்து பலமுறை சந்தித்து நட்புடன் விலக்கினார். பிரிட்டிஷ் ஆட்சி உங்களையும் குடும்பத்தையும் கடுமையாகத் துன்புறுத்தும். ஆகவே வீண் சாகசங்கள் வேண்டாம் என்றார்.

ஒருநாள் இதைப்பற்றி திரு.வி.கவும் ராஜாவும் பூசலிட்டுக் கொண்டார்கள். ‘என்னை அரசாங்கம் சார்பில் நிற்கச் செய்திருப்பது எனது சமுகம். எனது சமூகம் மிகவும் தாழ்ந்த நிலையில் இருக்கிறது. அதை முன்னேற்ற அரசின் துணை தேவையாக இருக்கிறது’ என்றார் ராஜா. ‘தொழிலில் சாதிபேதம் கொண்டு வரப்படக்கூடாது. ஆதிதிராவிடர் தங்கள் உரிமைகளை போராடித்தான் பெறமுடியும்’ என்றார் திரு.வி.க.

‘நீங்கள் எங்கள் இனத்தாரைக் கொண்டு புரட்சி செய்வித்தால் அதன் பலனை உயர்சாதியினர் மட்டுமே அனுபவிப்பார்கள். ஆகவே நீங்கள் மூட்டும் தீயை அணைப்பது எனது கடமை’ என்றார் எம்.சி.ராஜா. ‘தொழிலாளர் இயக்கம் வளரும்தோறும் சாதி பேதங்கள் மறையும். அது மட்டுமே நம்முன் உள்ள வழி’ என்றார் திரு.வி.க.

சிரித்தபடி ராஜா சொன்னார், ‘நீங்கள் இலக்கியம் படித்தவர். ஊடல் இருந்தால்தான் கூடல் சிறக்கும் என்பார்கள். இது நமக்குள் கூடலுக் கான ஊடலாக இருக்கட்டும்.’ அதன்பின் அவர்கள் பிரிந்தார்கள்.

கலவரம் உச்சத்தை அடைந்து திரு.வி.க தாக்கப்படக்கூடும் என்ற நிலை நிலவியபோது எம்.சி.ராஜா திரு.வி.கவைப் பார்க்க வந்தார். 'எனக்கு போலீஸ் துணை, இராணுவத் துணை, கார் துணை இருக்கிறது. கையில் துப்பாக்கியும் உண்டு. உங்களுக்கு ஒரு துணையும் இல்லை. குழப் பத்திற்கு இடையே நடமாடுகிறீர்களே' என்று வருந்தினார். 'நேற்று இரவு இந்த எண்ணம் ஏற்பட்டபோது என்னால் தூங்கவே முடிய வில்லை' என்றார்.

'எனக்கு தொழிலாளர் துணை உண்டு. உங்கள் பக்கத்தில் உள்ள தலித் தொழிலாளர்களின் மனசாட்சியும் எனக்குத் துணையே' என்றார் திரு.வி.க.

பிரச்சினை முற்றியபோது எம்.சி.ராஜா பாதுகாப்புக்காக ராயப் பேட்டையில் இருந்து ஆலந்தூருக்கு சென்றுவிட்டார். அதனால் திரு.வி.க அவரைப் பார்ப்பது குறைந்தது. ஒருநாள் காலை திரு.வி.கவின் வீட்டு முற்றத்தில் எம்.சி.ராஜாவின் கார் வந்து நின்றது. 'உங்களுக்குத் தொல்லை நெருங்கி வருகிறதே' என்று சொன்னபோது சட்டென்று ராஜா கண்கலங்கி விட்டார்.

அவர் கண்களில் இருந்த நீரைக் கண்டு கலங்கிய திரு.வி.க சொன்னார், 'நாடு கடத்தும் விஷயம்தானே, இந்நிலையில் என்ன செய்வது. நடப்பது நடக்கட்டும்.'

பிரச்சினை பிற்பாடு மெல்ல சமரசமாகியது. பின்னர் இரட்டைமலை சீனிவாசனின் மணிவிழா நடைபெற்றபோது தலைமை தாங்கி பேசினார் திரு.வி.க. அப்போது ஒரு பேச்சாளர் ராஜாவும் திரு.வி.கவும் முரண் பட்டதைச் சுட்டிக்காட்டினார். அதற்கு எம்.சி.ராஜா பதில் கூறினார்.

'இப்போது இன்னும் ஒரு தொழிலாளர் போராட்டம் நடந்ததே, அதில் நான் தலித் தொழிலாளர்கள் தனித்து முரண்பட்டு நிற்கும்படி சொன்னேனா என்ன? இல்லை. ஏனென்றால் இப்போது இயல்பாகவே தொழிலாளர் ஒற்றுமை உருவாகியிருக்கிறது. தீண்டாமை குறைந் திருக்கிறது. எங்கள் இனத்து மக்களின் உரிமைகளும் பாதுகாக்கப் படுகின்றன. 1921இல் நிலைமை அப்படி இருக்கவில்லை. அன்றைய சூழலுக்காகவே நான் எதிர்வினையாற்றினேன். எந்தத் தவறும் நான் செய்யவில்லை.'

திரு.வி.க.வுடன் தன்னுடைய நட்பு அப்போதும் இப்போதும் அப்படியே தான் இருக்கிறது என்று உணர்ச்சிகரமாகக் கூறிய எம்.சி.ராஜா 'தொழிலாளர் களின் ஒற்றுமைக்காக நான் பிணங்கியமுறையில் உழைத்தேன். திரு.வி.க இணங்கிய முறையில் உழைத்தார். அப்பிணக்கம் இப்போது

என்னாலும் எவராலும் பிரிக்கமுடியாத இணக்கமாக பரிணாமம் கொண்டுள்ளது' என்றார்.

இரு பெரும் தலைவர்களின் மன விரிவைக் காட்டும் சந்தர்ப்பம் இது. வரலாறு உருவாக்கும் சவால்கள் மிகவும் சிக்கலானவை. அவற்றை சந்திக்கையில் தலைமைப் பண்பும் சிந்தனை வீச்சும் கொண்ட பெருமனங்கள் ஒவ்வொன்றும் ஒவ்வொரு போக்கில் எதிர்வினை யாற்றுகின்றன. ஒருவர் கண்டதை ஒருவர் காணாமல் போகலாம். ஒருவர் போகும் வழியை ஒருவர் எதிர்க்கலாம். அவர்களிடையே முரண் பாடுகள் உருவாகலாம். மோதல்களும் நிகழலாம். அத்துடன் இயல் பாகவே தலைமைப்பண்பு கொண்டவர்கள் நடுவே அகங்கார மோதலும் இருக்கும். அதை தவிர்க்க முடியாது.

ஆனாலும் அவையெல்லாம் வரலாற்று நாடகத்தின் சில தருணங்களே என்று அவர்கள் அறிந்திருப்பார்கள். எது சரி எது தவறு என்பதை காலமே தீர்மானிக்கும் என்று உணர்ந்திருப்பார்கள். முற்றிலும் சரியான வழி என்றும் முற்றிலும் தவறான வழி என்றும் ஏதும் இல்லை என்றும் அவர்கள் உள்ளூர அறிந்திருப்பார்கள்.

இதே முரணியக்கத்தினை நாம் அம்பேத்கார்-காந்தி உறவிலும் காணலாம். அவர்கள் முரண்படுவதன் மூலம் ஒருவரை ஒருவர் சரிசெய்து கொண்டார்கள். ஒருவரை ஒருவர் ஏற்றுக் கொண்டார்கள். அம்பேத்கார் காந்தியப் போராட்டங்களை நெருங்கி வந்தார். காந்தி சாதி, சாதி ஒழிப்பை நோக்கி வந்தார்.

ஆனால் வரலாற்றை எளிமைப்படுத்தி வெறும் 'சண்டை' களாகவும் 'சதி'களாகவும் பார்க்கும் எளிய மனங்களுக்கு இது புரிவதில்லை. அவர்கள் கறுப்பு வெள்ளைகளை உருவாக்குகிறார்கள். வில்லன்களையும் கதாநாயகர்களையும் உருவாக்குகிறார்கள். அந்த எளிமைப்படுத்தல் எப்போதும் வரலாற்றுக்கு இழைக்கப்படும் அநீதியாகவே இருக்கிறது.

அப்படிப்பட்ட அநீதி இழைக்கப்பட்ட மனிதர் எம்.சி.ராஜா. இந்திய அரசியலில் அறுபதுகளுக்குப்பின்னர் அம்பேத்கார் ஒரு மாபெரும் கதாநாயகனாக ஆக்கப்பட்டார். அம்பேத்காருடன் முரண்பட்ட அத்தனை பேரையும் எதிர்நாயகர்களாக சித்தரித்தனர் அம்பேத்கார் பக்தர்கள். அம்பேத்காரிடம் எப்போதுமே உரையாடிய, அவரை இந்திய அரசியல் சாசனத்தை எழுதும் இடத்தில் அமர்த்திய காந்தி அம்பேத்காரை ஒழிக்கப் போராடுபவராக, ஒற்றைக்கண்ணும் கன்னத்தில் மருவும் புஸ்தி மீசையும் கடகட சிரிப்பும் கொண்ட வில்லன் ஆக, மாறினார். அம்பேத்காரை கடைசிவரை தன் சகாவாக நினைத்த, அவருக்குப் பின்புலமாக நின்ற நேரு அம்பேத்காரின் எதிரியானார்.

அந்த வரிசையில் எம்.சி.ராஜா சேர்க்கப்பட்டார். அவர் எதிரிகளுடன் சேர்ந்துகொண்டு கதாநாயகனை காட்டிக் கொடுத்த துரோகியாகச் சித்தரிக்கப்பட்டார். அவரை ஒரு விபீஷணனாக எண்ணும் தலித் தலைவர்கள் பலர் இன்றும் உண்டு. அந்த எண்ணத்தை வலுப்பெறச் செய்யும் அம்சமாக இருந்தது கடைசிவரை இந்துவாக இந்து மதத்திற் குள்ளேயே இருக்கவேண்டும் என்று ராஜா கூறியது. இதற்காகவே இந்து வெறுப்பாளர்களால் அவர் தூஷிக்கப்பட்டார். முத்திரை குத்தப்பட்டு வரலாற்றின் இருளுக்குத் தள்ளப்பட்டார்.

இன்று எம்.சி.ராஜாவை எந்த மக்களுக்காக அவர் தன் மொத்த வாழ்நாளை செலவிட்டாரோ அந்த மக்களில் கணிசமானோர் வெறுக் கிறார்கள். அவரைப்பற்றி பேசுவது குறைவு. அவரது நல்ல வாழ்க்கை வரலாற்றுநூல்கூட இன்று கிடைப்பதில்லை. ‘பெருந்தலைவர் எம்.சி.ராஜா சிந்தனைகள்’ என்ற தலைப்பில் வே.அலெக்ஸ் தொகுத்து வெளிவந்துள்ள நூல் எம்.சி.ராஜா அவர்களைப் பற்றிய குறிப்பிடத்தக்க அறிமுகத்தை அளிக்கக்கூடியது.

இந்த நூல் 1930 இல் கே.சிவசண்முகம் பிள்ளை அவர்களால் தொகுத்து வெளியிடப்பட்டுள்ள ‘எம்.சி.ராஜாவின் வாழ்க்கையும் தெரிவு செய்யப் பட்ட எழுத்தோவியங்களும் உரைகளும்’ என்ற நூலின் தமிழாக்கம். 1927இல் வெளிவந்த ‘ஒடுக்கப்பட்ட இந்துக்கள்’ என்ற நூலுக்கு 1968இல் வெளிவந்த தமிழாக்கம் ஆகியவற்றை முதல் பிரிவாகக் கொண்டது. ராஜாவின் சட்டமன்ற உரைகள், அவரைப் பற்றிய நாளிதழ் குறிப்புகள், அவரைப்பற்றி பலர் கூறிய கருத்துகள் ஆகியவை அடுத்த மூன்று பகுதிகளாக உள்ளன. உண்மையில் ஒரு நல்ல வாழ்க்கை வரலாறுக்கான கச்சாப்பொருள் இந்த நூலில் உள்ளது. அத்தகையதோர் நூல் எழுதப்பட்டால் நல்லது.

இந்நூலுக்கான சிறப்புரையாக காலஞ்சென்ற தலித் சிந்தனையாளரான அன்பு பொன்னோவியம் அவர்களின் ஒரு நீளமான கடிதம் உள்ளது. அறவுரை என்ற இதழில் ‘மூத்தவர் மூவர்’ என்ற பேரில் அன்பு பொன்னோவியம் அவர்கள் எழுதிய கட்டுரைக்கு எதிர்வினையாக பள்ளி கொண்டா திரு. கி.கிருஷ்ணகுமார் எழுதிய கடிதத்துக்கு அந்த இதழின் ஆசிரியராக இருந்த அன்பு பொன்னோவியம் அவர்கள் எழுதிய பதில் கடிதம் இது. 10.7.1992இல் எழுதப்பட்டுள்ளது.

தன் கடிதத்தில் கிருஷ்ணகுமார் எம்.சி.ராஜா குறித்து அன்றும் (இன்றும்கூட) அவரது சமூகத்தினரிடம் இருக்கும் ஐயங்களைப் பட்டியலிட்டு விவாதிக்கிறார். அதில் அம்பேத்கார் மைய அணுகு முறை தெளிவாகவே தெரிகிறது, ‘ஒரு மனிதரை அதிலும் பொது வாழ்வில் தம்மை ஈடுபடுத்திக் கொண்ட மனிதரைப்பற்றி பாராட்டுவதோ

புகழ்வதோ எழுதும் முன் அவரது வாழ்வு முழுவதையும் கணக்கில் எடுத்துக் கொள்வதே அவரைப்பற்றி சரியான கணிப்பினை வெளியிட உதவும் என்று எண்ணுகிறேன்.

அந்த அளவுகோலின்படி பார்ப்போமென்றால் திரு.எம்.சி.ராஜா அவர் களின் முற்பகுதி வாழ்வு போற்றுதலுக்குரியதே. ஐயமில்லை. ஆனால் வட்டமேஜை மாநாடுகளில் தாம் பங்குகொள்ள இயலாமல் போனதற்குக் காரணம் நமது இரட்சகர் பாபாசாகிப் அம்பேத்கார் அவர்கள்தான் எனத் தவறாக ஒரு கருத்தினை தனது மனதிற் கொண்டு நம் சமுதாய நலன் கருதி அணணல் எடுத்த ஒவ்வொரு முடிவினையும் எதிர்ப்பதையே தன் வாழ்வின் நோக்கமாகக் கொண்டு வாழ்ந்து மறைந்த திருமிகு ராஜா அவர்களின் வாழ்வை எப்படி போற்றமுடியும், புகழமுடியும்?

நான் இந்துவாகவே பிறந்தேன் - நான்இந்துவாகவே இறப்பேன் என அண்ணலின் மதமாற்ற உரைக்கு எதிர்த்து மறுப்பு அறிக்கை கொடுத்த தோடல்லாமல் மாற்று அரசியல் இயக்கத் தலைவர்களைக் காட்டிலும் மாற்று சமுதாயத்தினரைக் காட்டிலும் அதிகமாக அண்ணலுக்கு சிரமம் கொடுத்த பெருமை இவரையே சாரும்' என்று சாடுகிறார் கிருஷ்ணகுமார்.

என்னுடைய பார்வையில் கிருஷ்ணகுமாரின் பிரச்சினை மிக எளிமை யானது. அம்பேத்காரை விமரிசனத்திற்கு அப்பாற்பட்ட ஆளுமையாகக் காண்கிறார். மாற்றுத் தரப்பினர்கூட அவரை எதிர்க்கக்கூடாது என்று நினைக்கிறார். அம்பேத்காரில் பிழையோ, புரிதல் போதாமையோ நிகழமுடியும் என்பதை அவர் நம்பப்போவதில்லை. அம்பேத்கார் கூறியவற்றை வேறு ஒரு கோணத்தில் வேறு ஒருவர் அணுகமுடியும் என்றே நினைக்கவில்லை.

அம்பேத்காரை கேள்விக்கு அப்பாற்பட்ட இடத்தில் கிட்டதட்ட ஒரு நபி போல அமர்த்தியபிறகு பிறரைப் பார்க்கும்போது அவருடைய பார்வையில் அவர்களெல்லாம் மிகச் சாதாரணமாக ஆகிவிடுகிறார்கள். அம்பேத்காரின் மறுதரப்பாக ஒலிக்கும் தகுதியே அவர்களிடம் இல்லை என்ற முடிவுக்கு வருகிறார் கிருஷ்ணகுமார். அவர்களின் தனிப்பட்ட குணாதிசயங்களை எல்லாம் குறைத்தும் திரித்தும் மதிப்பிட்டு விடுகிறார். அதாவது அம்பேத்காரை எம்.சி.ராஜா எதிர்த்தமைக்கு பதவியாசை தவிர வேறு காரணங்களே இருக்கமுடியாது என்ற இடத்திற்கு வந்து சேர்கிறார்.

வரலாற்றின் ஒரு குறிப்பிட்ட தருணத்தை அணுகும் இரண்டு தலைமைப் பண்புள்ள மனங்கள் ஒரே வகையான அணுகுமுறையைக் கொண்டிருக்கமுடியாது. அவர்களின் மனம் செயல்படும்முறை அவர்கள் தங்கள் கல்வி, அனுபவம் மூலம் தாங்களே அடைந்த ஒன்றாக, தனித்துவம் மிக்கதாகவே இருக்கும். ஆகவே அவர்களுக்குள்

முரண்பாடுகள் இருக்கும். உலகம் முழுக்க அத்தனை அரசியல், சமூக, மத இயக்கங்களிலும் இதுவே நிகழ்கிறது. நபியால் நிறுவப்பட்டதும் அவர்கூற்றுக்கு மறு கூற்று இல்லாததுமான இஸ்லாம் மதத்தில்கூட அவருக்குப்பின் முரண்பாடுகளே எழுந்துவந்தன.

முரண்பாடுகளை இயல்பான அறிவியக்கமாகக் கருதுவதே முறை. முரண்பட்டு விவாதிக்கும் இரு தலைவர்கள் ஒருவரை ஒருவர் நிரப்பிக் கொள்கிறார்கள். ஒருவரை ஒருவர் வளர்த்துக் கொள்கிறார்கள். ஒருவரை ஒருவர் பலவீனப்படுத்தவில்லை, பலப்படுத்துகிறார்கள். முரண்பாடும் விவாதமும் இல்லாமல் ஒற்றைப்படையான முறையில் தலைமை வழிபாட்டுடன் இயங்கும் இயக்கம் அமைப்பை மட்டுமே உருவாக்கும். கருத்தியலியக்கமாக வலுப்பெறாது. இதுவே வரலாறு காட்டும் பாதையாகும்.

எம்.சி.ராஜாவின் ஆளுமை அம்பேத்காருக்கு இணையானது என்று நம்பினாலே இந்த வினாக்களுக்கு விடை எளிதில் கிடைத்துவிடும். அம்பேத்கார் அவர் பிறந்து வளர்ந்த வட இந்தியாவை பிரதிநிதித்துவம் செய்தார். எம்.சி.ராஜா தெற்கை. அவர்கள் இருவர் நடுவே பார்வைகளில் தூரம் வருவதற்கு இதுவே போதிய காரணமாகும்.

இன்னும் பல விஷயங்களை நாம் யோசிக்கலாம். இந்தியாவின் தலித் தலைவர்களில் ஏறத்தாழ அனைவருமே நகர்ப்புறம் சார்ந்தவர்கள். நகர்ப்புறத்து தலித்துக்களுக்கே படிக்க வாய்ப்பு கிடைத்தது, அவர்களே தலைமைக்கு வரமுடிந்தது. ஆனால் முற்றிலும் கிராமம் சார்ந்தவரான, கல்வியே கற்காதவரான அய்யன்காளி (கேரள புலையர் மகாசபை தலைவர்) போன்ற ஒரு தலைவர் தமிழகத்தில் எழுந்து வந்திருந்தார் என்றால் அவருக்கும் பிறருக்கும் இடையே இன்றும் வலுவான முரண் பாடுகள் உருவாகியிருக்கும். அய்யன் காளி தேசிய அளவில் செயல் பட்டிருந்தால் அம்பேத்காருக்கு முற்றிலும் எதிரான தரப்பில் இருந்திருப் பார். அப்போது அம்பேத்காரை முன்வைத்து பிற அத்தனை தலித் தலைவர்களையும் துரோகிகள் என்று வரலாறு எழுதப்பட்டிருக்கும்.

இங்கே கவனிக்கத்தக்க ஒரு விஷயம் உண்டு. இன்றுவரை தலித்திய விவாதங்களில் இவ்விஷயம் பெரிதாகப் பேசப்பட்டதில்லை. இந்தியாவில் தலித் இயக்கம் வலுவாக ஆரம்பித்தது தென்ன கத்திலேயே மகா ராஷ்டிரத்தில் ஜோதிர்பாய் பூலே போன்றவர்களின் பணிகள் நடந்திருந்தபோதிலும்கூட தென்னகத்தில் நிகழ்ந்திருந்த கருத்தியல் வளர்ச்சி சாத்தியமாகியிருக்கவில்லை. அயோத்திதாச பண்டிதரில் தொடங்கும். இந்தக் கருத்தியல் வளர்ச்சி தலித்துக்களின் வரலாற்று இடம், அவர்களின் இன்றைய வீழ்ச்சி ஆகியவற்றைப்பற்றி ஒரு வரை படத்தை உருவாக்கியிருந்தது. அதை எம்.சி.ராஜாவும் அழுத்தமாக

முன்வைக்கிறார். அவரது சட்டமன்ற உரையில் அவர் சொல்லும் இந்த வரிகள் சான்று.

'முடியரசர்களாயும், பேரரசர்களாயும், மதியூக அமைச்சர்களாயும் இருந்த ஆதிதிராவிடரான நாங்கள் அன்று தாய்நாட்டிற்குள் நுழைந்த ஆரியப் பகைவனை வாள் கொண்டு எதிர்த்தோம். ஆனால் தோல்வி கண்டோம். தோல்வி கண்டும் துவளாமல் - மற்றைய கோழையர் கூட்டம் போலல்லாது - மாற்றானின் நாகரிகத்தைத் தழுவ மறுத்து நின்ற எங்களுக்கு அளிக்கப்பட்ட தண்டனையின் கொடுமை உலக வரலாறு காணாத ஒன்று; நிரந்தரமான ஒன்று. அந்தக் கொடுங்கோன்மையின் கோரம் அன்றிலிருந்து இன்றைய சந்ததி வரையில் நிரந்தர மாயும் சற்றும் குறையாமலும் தொடர்கிறது. ரோமாபுரியை ஆக்கிர மாயும் சற்றும் குறையாமலும் தொடர்கிறது. ரோமாபுரியை ஆக்கிர மித்த காட்டுமிராண்டிகள் கட்டவிழ்த்துவிட்ட வெறியாட்டமும் - நெதர்லாந்தில் மாறுபட்ட மதக் கொள்கையாளர்க்கு இழைக்கப்பட்ட கொடுமைகளும்- நீரோ மன்னனின் அள்ளித் தெளித்த அட்டூழியங்களும் - டேமர்னினும் செங்கிஸ்கானும் அள்ளித் தெளித்த அட்டூழியங்களும் - டேமர்னினும் செங்கிஸ்னானும் இழைத்த கொடுங்கோன்மையும் இங்கு சாதியின் பேரால் எங்களுக்கிழைத்த அநீதிகளோடு ஒப்புவமை காணுங்கால் அவைகள் யாவும் குறுகி - சிறுத்து - வெளுத்துப் போய் விடும்.'

இந்தக்கருத்துநிலையை அம்பேத்கார் அவரது வாழ்க்கையின் ஆரம்பக் கட்டத்தில் ஏற்றுக்கொள்ளவில்லை. அம்பேத்காரின் ஆய்வுமுறை யானது பிரிட்டிஷ் வரலாற்றாசிரியர்களை ஒட்டியதாகவே இருந்தது. அவர்கள் தலித்துக்களை பண்பாட்டு வளர்ச்சி இல்லாத பழங்குடியின ராகவே சித்தரித்தார்கள். அந்த நோக்கில் இருந்து அம்பேத்கார் தலித்துக் களின் பௌத்தப்பின்னணிக்கு பின்னர்தான் சென்று சேர்ந்தார். இந்த முரண்பாடு தென்னக தலித் தலைவர்களுக்கும் அம்பேத்காருக்கும் இடையே இருந்தது.

இன்னும் ஒன்று, இந்தக் கட்டுரையில் அன்பு பொன்னோவியம் அவர்களால் மூன்று தலித் முன்னோடிகளாகக் குறிப்பிடப்படும் மூன்று தலைவர்கள் - இரட்டைமலை சீனிவாசன், அயோத்திதாச பண்டிதர், எம்.சி.ராஜா ஆகியோர் - பறையர் சாதியைச் சேர்ந்தவர்கள். அவர்களை ஒட்டுமொத்த தலித்துக்களின் தலைவர்களாக ஏற்க பிற தலித்சாதியினர் ஒத்துக்கொள்வார்களா என்ன? மகாராஷ்ட்டிரத்திலேயே அம்பேத் காரை மஹர்கள் அன்றி பிற சாதியினர் ஏற்றுக்கொள்ளவில்லை. அவரது தேர்தல் தோல்விகளுக்கு அதுவே காரணம்.

ஆகவே ஒற்றைப்படையாக்குவது, அதிகார மையங்களை உருவாக்குவது, தலைமை வழிபாடு மூலம் இன்றைய ஜனநாயக யுகத்தில் அரசியலே

சாத்தியமல்ல. தொடர்ச்சியாக விரிவடையக் கூடிய, அனைவருக்கும் இடமளிக்கக்கூடிய, முரண்பாடுகளை ஏற்கக்கூடிய, ஒரு ஜனநாயக அரசியலே அதற்குத் தேவை. தலித் தலைமை என்பது எந்நிலையிலும் கூட்டுத் தலைமையாகவே இருக்கமுடியும். அதன் வரலாறு கூட்டு வரலாறாக, விவாதங்களின் கதையாக மட்டுமே இருக்க முடியும்.

தன் பதிலில் கிட்டத்தட்ட அதைத்தான் அன்பு பொன்னோவியம் அவர்கள் கூறுகிறார். 'நிகழ்காலச் சூழ்நிலையை எதிர்கால விளைவு களோடு இருவர் வெவ்வேறு கோணங்களில் நோக்கினார்கள். அவர்கள் கண்ட முடிவு ஒன்றாக இருக்கவேண்டிய அவசியமில்லை. மாறு படலாம். மாறுபட்ட தவறு அவர்களுடையது அல்ல. அதை வைத்துக் கொண்டு கணக்குபோடும் நம்முடையது ஆகவும் இருக்குமல்லவா?'

வரலாற்றுச் சந்தர்ப்பங்களை மதிப்பிடவும். சாராம்சப்படுத்தவும் ஒரேவழிதான் என்றில்லை. எத்தனையோ வழிகள் இருக்கலாம். அதில் எது சரி எது தவறு என்று காலம்தான் தீர்மானிக்கமுடியும். ராஜா எடுத்த முடிவுகள் தேசிய இயக்கம் தன் உச்சத்தை அடைந்தபோது அந்த வேகத்துடன் ஒத்துப்போவதன் வழியாக தனது சமூகத்தின் நலனைக் காக்கும் நோக்கம் கொண்டவை மட்டுமே. அதையே பின்னர் அம்பேத் காரும் செய்தார், காங்கிரஸ் அரசில் அவர் அமைச்சரானார்.

இதே போன்ற முரண்பாடும் மோதலும் எம்.சி.ராஜாவுக்கும் இரட்டை மலை சீனிவாசனுக்கும் இடையேயும் இருந்தது. அத்தகைய முரண் பாடுகள் எந்த இயக்கத்திலும் தவிர்க்க முடியாதவை. காங்கிரஸ் இயக்கத்திலும் கம்யூனிச இயக்கத்திலும்கூட அவை இருந்தன. ராஜா அதன்பேரில் முத்திரைகுத்தி ஒதுக்கப்பட்டு இன்று மீட்கப் பட்டிருக்கிறார்.

ஜே.சிவசண்முகம் பிள்ளை பி.ஏ. அவர்கள் எழுதி பித்தாபுரம் மகாராஜாவின் அணிந்துரையுடன் வெளிவந்த எம்.சி.ராஜாவின் வரலாற்றுக் குறிப்பின் படி ராஜாவின் வாழ்க்கையின் வரைகோட்டுச் சித்திரத்தை அறியமுடிகிறது. ராஜாவின் தாத்தா முன்னாள் இந்திய ராணுவ வீரர். அவரது அப்பா திரு.சின்னத்தம்பிப் பிள்ளை சென்னை லாரனஸ் அஸைலம் அச்சகத்தின் துணை மேலாளராகவும் கணக்கராகவும் உயர்பதவி வகித்தார். சென்னை ஆதிதிராவிட மகாஜன சபாவின் கவுரவச் செயலாளராகவும் அவர் பணிபுரிந்திருக்கிறார்.

1883 ஜூன் 17ஆம் நாள் ராஜா பிறந்தார். வெஸ்லி கல்லூரியிலும் கிறித்தவக் கல்லூரியிலும் படிக்கும் நாட்களில் ராஜா மிகச் சிறந்த கிரிக்கெட் ஆட்டக்காரராக கல்லூரியால் போற்றப்பட்டவராக இருந்தார். கிறித்தவக் கல்லூரி முதல்வர் முனைவர் மில்லரின் அன்புக்குரிய மாணவராக இருந்தார். படிப்பு முடித்து ஆசிரியரானார். அக்காலத்தில்

சென்னை ராஜதானியில் இளங்கலை வகுப்புகளுக்குப் பாடமாக அமைந்த பல நூல்கள் ராஜாவால் எழுதப்பட்டவை. 1917இல் ஆளுநர் பென்ட்லான்ட் பிரபுவால் ஆரம்பப் பள்ளிக் கல்விக்குழுவுக்கு நியமனம் செய்யப்பட்ட எம்.சி.ராஜா 1919இல் ஆரம்பக் கல்வி மசோதா விற்கான பொதுக்குழுவிலும் பணியாற்றினார். உயர்நிலைப்பள்ளி கல்வி மறுசீரமைப்புக்குழுவிலும் செயல்பட்டார். சாரணர் இயக்கத்திலும் ஈடுபட்டார்.

1916 முதல் சென்னையை மையமாக்கி இயங்கிய ஆதிதிராவிட மகாஜன சபாவை மறுசீரமைப்புச் செய்து துடிப்பான இயக்கமாக ஆக்கினார். பிரிட்டிஷ் இந்திய அரசு சமூக சீர்திருத்தத்திற்காக அமைத்த குழுக்களில் உறுப்பினராக இருந்து தாழ்த்தப்பட்ட மக்களின் உரிமைக்காக தொடர்ந்து போராடினார். 1917இல் மாண்டேகு செம்ஸ் போர்டு சீர்திருத்தக் குழுவினரை சந்தித்த ஆதிதிராவிடர் தூதுக்குழுவை வழிநடத்தினார். 1923இல் சென்னை ஆளுநர் விலிங்டன் பிரபுவைச் சந்தித்த தூதுக்குழுவிலும் இருந்தார். 1929இல் இர்வின் பிரபுவைச் சந்தித்த தூதுக்குழுவிலும் பங்கெடுத்தார். இந்தியா முழுக்க நடந்த ஏராளமான சமூக சீர்திருத்த மாநாடுகளில் பங்கெடுத்து ஆதிதிராவிட மக்களின் நிலைமையைப் பற்றி எடுத்துரைத்தார்.

எம்.சி.ராஜா இந்தியாவில் ஒடுக்கப்பட்ட மக்களின் மாநில கவுன்சிலுக்கு நியமிக்கப்பட்ட முதல் உறுப்பினர். விலிங்டன் பிரபு அவரை 1919இல் மாநில சட்டமன்றத்திற்கு உறுப்பினராக நியமனம் செய்தார். 1921, 1925, 1926 ஆம் ஆண்டுகளிலும் சட்டமன்றத்திற்கு நியமிக்கப்பட்டார். 1922இல் பிரிட்டிஷ் அரசு அவருக்கு இராவ் பகதூர் பட்டத்தை அளித்தது.

எம்.சி.ராஜா சட்டமன்ற உறுப்பினராக ஒடுக்கப்பட்ட மக்களின் நலனுக்காகக் குரல் கொடுப்பவராக இருந்தாலும் பொதுவாக சென்னை மக்களின் பிரச்சினைகளில் அக்கறை கொண்டு அனைவருக்குமாகப் போராடுபவராகவே இருந்திருக்கிறார். அக்காலகட்டத்து செய்தி களைப் பார்க்கையில் அவர் பொதுவான மக்கள் தலைவராக மதிக்கப் பட்டிருப்பதாகவே தெரிகிறது.

ஜஸ்டிஸ் கட்சியின் தொடக்க காலம் முதலே தன் உறுப்பினராகவும் தலைவராகவும் பணியாற்றிய எம்.சி.ராஜா கடுமையான காங்கிரஸ் எதிர்ப்புப்போக்கு கொண்டிருந்தார். காங்கிரஸின் போராட்டங்களுக்கு எதிராக ஹிந்துமகாசபை போன்ற இயக்கங்களுடனும் ஒத்துழைத்தார். பிரிட்டிஷ் ஆட்சியே இந்தியாவில் ஒடுக்கப்பட்டோரின் நலன்களை காக்கக்கூடியது என்ற நிலைப்பாட்டைக் கொண்டிருந்தார். அவரது அரசியல் வாழ்வின் பெரும்பகுதி இந்நம்பிக்கையிலேயே சென்றது.

‘மனிதர்களாக வாழும் உரிமை கூட ஒடுக்கப்பட்ட இனத்தவருக்கு சாதி இந்துக்களால் முழுமையாக மறுக்கப்பட்டுள்ளது. இதனை அவர் களுடைய சட்டம் அனுமதிக்கிறது. நீதி மன்றமும் அதை ஆதரிக்கிறது. எங்களுடைய சமூகக் கொடுமைகள் சீர்படுத்தப்படும் முன்னர் இந்தியா சுயாட்சி பெற முடியுமா? அரசியல் சமத்துவம், அரசியல் சுதந்திரம், மற்றும் அரசியல் சகோதரத்துவம் பெறத் துடிக்கிறவர்கள் மத்தியில் சமூக ரீதியான சமத்துவம், சமூக ரீதியான சுதந்திரம், சமூக ரீதியான சகோதரத்துவம் அமல்படுத்தப்பட வேண்டும்’ என அழுத்தமாகவே தன்னுடைய தரப்பைப் பதிவுசெய்கிறார் எம்.கி.ராஜா தன்னுடைய சட்டமன்ற உரையொன்றில்.

எம்.சி.ராஜாவைப் பற்றிய இந்த நூலின் வழியாக நாம் காணும் ஆளுமைக்கல்வியிலும் இயல்பான அறிவுத்திறமையிலும் தலைமைப் பண்பிலும் முன்னிலையில் இருந்த ஒரு மனிதருடையது. வரலாற்றுப் பெருக்கு அவருக்கு அளித்த சந்தர்ப்பங்களில் தன்னுடைய கொள்கைகள் மற்றும் நம்பிக்கைகளில் அவர் உறுதியாகவே இருந்திருக்கிறார். அதன்மூலம் தன்னுடைய மக்களுக்கு முடிந்தவரை பங்களிப்பாற்றியிருக்கிறார். அவரது ஆளுமை எந்த அளவுக்கு பெரியதோ அந்த அளவுக்கு அவரது அரசியல் வாழ்க்கை சிறப்புக் குரியதாக அமையவில்லை. அவருக்குத் தகுதியான இடங்களை அவர் பெறவில்லை. அதற்கு வரலாற்றின் தன்னிச்சையான ஊடுபாவு களையே காரணம் கூறவேண்டும்.

இந்நூலின் பின்னிணைப்பாக அம்பேத்காரின் வரலாற்றை எழுதிய தனஞ்சய்கீர் ராஜாவைப் பற்றிக் கூறும் பகுதிகள் வருகின்றன. அம்பேத்கார் இரட்டை வாக்குரிமைக் கோரிக்கையை காந்திக்கு எதிராக முன்னெடுத்தபோது ராஜா தனித்தொகுதி முறையே போதுமானது என்று முடிவெடுத்தார். இதில் என்ன கவனிக்கப்படவேண்டும் என்றால் அதற்கு முன்னர் அம்பேத்கார் தனித்தொகுதி போதும் என்றும் ராஜா இரட்டை வாக்குரிமை தேவை என்றும் கோரி வந்தார்கள். இந்த நிலை மாற்றத்தை ராஜா எடுப்பதற்கான காரணம் என்று அவரது நடைமுறை சார்ந்த அரசியல் அணுகுமுறையையே கூறவேண்டும். எப்போதுமே மிதமிஞ்சிய இலட்சியவாதம் பேசுபவராக அவர் இருக்கவில்லை. ஒரு சந்தர்ப்பத்தில் எது அதிகபட்சம் சாத்தியமோ அதை தன் மக்களுக்காக ஈட்ட முனைபவராகவே இருந்திருக்கிறார்.

ராஜாவின் நிலைமாற்றம் அம்பேத்காரை கடும் சினத்திற்கு உள்ளாக்கியது. ராஜாவை கண்டித்தும் அம்பேத்காரை ஆதரித்தும் இந்தியாவெங்கும் உள்ள பல்வேறு மாநிலங்களைச் சேர்ந்த தீண்டத்தகாத மக்களின் சங்கங்கள் அறிக்கைவிட்டனர். போராட்டங்களில் ஈடுபட்டார்கள்.

1932இல் அம்பேத்கார் வட்டமேஜை மாநாட்டில் கலந்துகொள்ள லண்டனுக்கு கிளம்பினார். எம்.சி.ராஜாவும், இந்துமகாசபையின் டாக்டர் முஞ்சேயும் லண்டனுக்குக் கிளம்புகிறார்கள் என்று கூறப்பட்டது.

தன்னை இடர்பாட்டுக்கு உள்ளாக்கிய ராஜாவை அம்பேத்கார் வெறுத்தார். ஆதலால் ராஜா பம்பாயிலிருந்து இலண்டனுக்குப் புறப்படு வாரானால் அவருக்குக் கறுப்புக் கொடி காட்டி வழியனுப்புமாறு பம்பாயில் இருந்த தன் தோழர்களுக்கு அம்பேத்கார் எழுதினார். பம்பாயில் ராஜா நடத்த முயன்ற மாநாட்டை தம் தொண்டர்கள் கட்டாயம் முறியடித்திருப்பார்கள் என்று உறுதியாக நம்புவதாக அம்பேத்கார் எழுதிய கடிதம் ஒன்றில் குறிப்பிட்டிருந்தார்.

பல தொல்லைகளுக்கிடையே ராஜாவின் கட்சியர் பம்பாயில் கூடிய அம்பேத்காரின் தொண்டர்கள் கலைந்தோடச் செய்தனர். அதில் அம்பேத்காரின் தொண்டர் ஒருவர் இறந்தார். ஐம்பது பேருக்கு அடிபட்டது. ராஜாவின் மீது கொண்டிருந்த கடும் வெறுப்பால் 'நாம் கவனத்தில் கொள்ள வேண்டிய அளவுக்கு ராஜா முக்கியமானவர் அல்ல' என்று அம்பேத்கார் கூறினாலும் ராஜாவின் முயற்சிகளை எல்லா முனைகளிலும் முறியடிக்க வேண்டும் என்பதில் அவர் பதற்றமான முனைப்புடன் இருந்தார்' என்று தனஞ்செய்கீர் பதிவு செய்கிறார்.

இன்றைய வாசிப்பில் எம்.சி.ராஜாவின் கோணத்தில் பார்ப்பவர்களுக்கு அம்பேத்காரின் செயல்பாடு ஜனநாயக விரோதானது மான்று படக்கூடும். அம்பேத்காரின் சொற்களை மட்டும் வைத்து வரலாற்றை எழுதும் தமிழகத்திற்கு வெளியே உள்ள தலித்தியர்கள் ராஜாவை துரோகி என்று கூறக்கூடும். உண்மையில் ராஜாகுறித்து அந்தக் கருத்தே வலுவாக உள்ளது. ஆனால் அக்காலகட்டத்தின் பதற்றங்கள், ஐயங்கள், உணர்வுநிலைகள் ஆகியவற்றை ஒட்டியே இவற்றை புரிந்து கொள்ள முடியும். இன்று அந்த வரலாற்றுத் தருணம் நமது ஊகங்களுக்கு முற்றிலும் அப்பாற்பட்டதாகையால் வரலாற்று மனிதர்களை அவர்களின் ஒட்டு மொத்தப் பங்களிப்பை ஒட்டியே மதிப்பிடமுடியும்.

எம்.சி.ராஜாவை அவர் மீதான வரலாற்றுப் புழுதியில் இருந்து அவதூறின் சருகுகளில் இருந்து மீட்பதற்கு அவரது சரியான வாழ்க்கை வரலாறு ஒன்று தமிழிலும் ஆங்கிலத்திலும் வெளிவர வேண்டியுள்ளது. அதற்கு அடித்தளமிடும் ஆவணத் தொகுப்பாக உள்ளது அலெக்ஸின் நூல்.

(பெருந்தலைவர் எம்.சி.ராஜா சிந்தனைகள் - தொகுப்பாசிரியர் வே.அலெக்ஸ். எழுத்து பிரசுரம், சைரன் காட்டேஜ், ஜோன்ஸ்புரம் முதல் தெரு, பசுமலை, மதுரை - 625 004)

திருச்சி சிறை

1936ஆம் வருடம் நவம்பர் மாதம் ஒருநாள் பகல் பன்னிரண்டு மணி.

'உங்களுக்கு வயதென்ன?'

'இருபத்தாறு'

'ஜெயிலுக்கு போவீர்களா?'

'போவேன்'

'கல்யாணம் ஆகிவிட்டதா?'

'இல்லை'

'கல்யாணம் ஆனால்?'

'ஆனாலும் போவேன்.'

இக்கேள்விகள் திருச்சிராப்பள்ளி சிறையில் இப்போது (1941) நம்பர் 1 கைதியாக இருக்கும் ஸ்ரீ ராஜகோபாலாச்சாரியாரால் என்னிடம் கேட்கப் பட்டன. இச்சம்பவத்தை ஒருநாள் சாயங்காலம் நான் பி. கோபால ரெட்டியிடம் சொன்னேன். அவர் சிரித்துக்கொண்டே

'நாமெல்லாரும் இப்போது ஜெயிலுக்கு வரவேண்டும் என்று அவருக்கு எப்படி தெரிந்தது?' என்று கேட்டார்.

'எப்படியோ' என்றேன் நான்.

இப்போது நடக்கும் சத்தியாக்கிரக இயக்கத்திற்கும் 1936 ஆம் வருஷம் என்னிடம் கேட்கப்பட்ட கேள்விக்கும் நான் சம்பந்தம் கற்பிக்க வில்லை. ஆனால் சட்டசபைக்குச் செல்வதற்கு முன்பே ஜெயிலுக்குப்

போவதற்கு அதுவே முதல் படி என்பதை எனக்குக் காட்டியவர் ஸ்ரீ ராஜகோபாலாச்சாரியார்தான்.'

என்று ஆரம்பிக்கிறது எல்.எஸ்.கரையாளர் எழுதிய 'திருச்சி சிறை 1941' என்ற சிறிய சுயசரிதைக் குறிப்புநூல். இந்திய சுதந்திரப் போராட்டத்தின் உச்சநாட்கள். வெள்ளையனே வெளியேறு இயக்கம் வீரியமடைந்து விட்டிருந்தது. அலையலையாக தேசபக்தர்கள் சிறை சென்றார்கள். அதில் ஒருவர் தென்காசியைச் சேர்ந்த சட்டநாதக் கரையாளர். பிற்பாடு தமிழகத்தில் காங்கிரஸின் முக்கியமான பொறுப்புகளில் இருந்திருக் கிறார். அவர் பெயரில் ஒரு கல்லூரி இன்று செயல்படுகிறது.

இந்த சுயசரிதைக் குறிப்பின் முக்கியத்துவம் என்னவென்றால் இதில் ஏராளமான சுதந்திரப்போராட்ட வீரர்களின் கோட்டுச் சித்திரங்கள் உள்ளன என்பதே. அவர்களில் பலர் இப்போது தடயமே இல்லாமல் வரலாற்றில் மறைந்துபோய்விட்டார்கள். அப்பட்டமாகச் சொல்லப் போனால் பொதுவாக தேசவிடுதலைக்குப் போராடியவர்கள் மறக்கப் பட்டார்கள். தங்கள் சாதிகளுக்காக மட்டுமே குரல்கொடுத்தவர்கள் அந்தந்தச் சாதிகளால் கொண்டாடப்படுகிறார்கள். அவர்களில் சென்ற கால வரலாற்றில் துரோகிகளாகவே சொல்லப்பட்டவர்களும் அடக்கம்.

முதலில் வேலூர் சிறைக்குத்தான் செல்கிறார், நுழைகிறார் சட்டநாதக் கரையாளர். 'நான் கண்ட காட்சி இதுதான். சுமார் நூறு பேர்களுக்கு மேல் மரங்களுக்கு அடியில் உட்கார்ந்திருந்தார்கள். ஒவ்வொருவரும் ஓர் அலுமினியத்தட்டில் சாதமும் இன்னொரு தட்டில் குழம்பும் கறியும் வைத்துக்கொண்டு சாப்பிடுவதற்கு தயாராகிக் கொண்டிருந்தார்கள். நானும் கலந்து கொண்டேன்...'

ஜெயிலில் உள்ளே வரும் ஒருவர் மிகவும் உற்சாகமாக வரவேற்கப் படுவார். அவர் வெளியுலகின் ஒரு துண்டு அல்லவா? அங்கே என்ன நடக்கிறது, காந்தி என்ன செய்கிறார், ஜவகர்லால் எங்கே என்று பரபரப் பான கேள்விகள். சாப்பிட்டு முடிப்பதற்குள் ஏராளமான முகங்களை பார்த்துவிட்டார். பின்பு 12 அடிநீள அறைக்குள் கொண்டுசென்று அடைத்தார்கள். அதில் ஆறடி நீளமும் மூன்றடி உயரமும் உள்ள ஒரு திண்டு. அதுதான் கட்டில். அல்லது திண்ணை. தலையணை கிடையாது. பதிலுக்கு அதன் தலைப்பகுதி உயர்த்தி கட்டப்பட்டிருக்கும். அறையில் மிக உயரத்தில் காற்று வருவதற்கு ஒரு துவாரம். அதற்கு கம்பி வலை போடப்பட்டிருந்தது.

'உள்ளே கால் வைத்து நடந்தால் நீளத்தில் 5 அடி நடக்கலாம். குறுக்கே நடக்க முடியாது. இந்த அறையில் மாலை ஐந்தரை மணிக்கு

அடைத்தால் மறுநாள் காலை ஐந்தரை மணிக்குத்தான் வார்டர்கள் வந்து திறப்பார்கள்... அறைக்கு வெளியே ஒரு ஹரிக்கேன் விளக்கு இரவு ஒன்பதரை வரை எரிய அனுமதி கொடுப்பார்கள்' என்று அந்தச்சூழலை விவரிக்கிறார் கரையாளர். பனிரண்டு மணி நேரம் அந்த அறைக்குள் இருப்பதுதான் சிறை வாழ்க்கையின் மிகப் பெரிய துயரம்.

'முதல் நாள் லாக்-அப்பில் தூக்கமே வராது. நீங்கள் முதல்நாள் சிறையில் தூங்கினீர்களா என்று சிலரிடம் கேட்டேன். ஒருசிலர் தவிர ஏனையோர் அனைவருமே தூங்கவில்லை என்றே பதில் சொன்னார்கள்' என்று அந்த முதல் நாளை பதிவு செய்கிறார் கரையாளர். முதல்நாள் சிறையனுபவம் மனக்கொந்தளிப்பும் விசித்திரமான கற்பனைகளும் கலந்ததாக இருக்கும்.

சிறையில் இருந்த மனிதர்களை வேடிக்கை கலந்து அறிமுகம் செய்கிறார் கரையாளர். அவருக்கு சிறை என்பதே முகங்களாகத்தான் இருக்கிறது. அகில இந்திய கிஸான் இயக்கத் தலைவர் என்.ஜி. ரங்கா. முதலில் அவரை கரையாளர் அடையாளம் காணவில்லை. சிறையில் மெலிந்து ஒட்டிப் போயிருந்தார். 'மடமடவென்று பேசுவார். சார்லி சாப்ளின் மாதிரி முகம்.' அவர் திருச்சி சிறையில் இருந்து வேலூர் சிறைக்குள் காவல் கைதியாக 'விடுதலை'யானார். ரங்காவின் சிறைவாசமும் விடுதலையும் அத்தகையவை.

அறையில் இருந்த பழுத்த ஆத்திகவாதியும் சோதிடப் பிரியருமான பசும்பொன் முத்துராமலிங்கத் தேவர் தீவிர இடது சாரியாம். ஏழு தடவை சிறை சென்றவருமான ஸ்ரீனிவாசராவ், எப்போதும் படுத்தே இருக்கும் ஸ்ரீ நிவர்த்தி வெங்கடசுப்பையா, சாப்பிடவேண்டிய நேரத்தில் சாப்பிடுவதை கடுமையான விரதமாகக் கொண்ட ஸ்ரீ நாகராஜ அய்யங்கார் என்று போராட்டக் கைதிகளின் இயல்புகள் விதவித மானவை.

சிறை ஆஸ்பத்திரி ஒரு நரகம் என்று கரையாளர் கூறுகிறார். இரவு ஏழு மணிக்கு ஆஸ்பத்திரியை பூட்டிவிட்டு டாக்டர்கள் போய்விடுவார்கள். கான்விக்ட் வார்டர்கள் என்று கூறப்படும் குற்றவாளியாக வந்து நன்னடத்தை காரணமாக காவலர் வேலை செய்யும் கைதிகள்தான் பிறகு நோயாளிகளுக்குப் பொறுப்பு. அவர்கள் எதுவுமே உதவமாட்டார்கள். ஒரு கைதி இரவெல்லாம் தண்ணீர் தண்ணீர் என்று கத்தியபிறகு சத்தம் இல்லாமல் ஆகிறான். தூங்கிவிட்டான் என்று நினைக்கிறார் கரையாளர். மறுநாள் பார்த்தால் கட்டிலில் இருந்து கீழே விழுந்து செத்துக் கிடந்தான்.

ஜெயில் உணவும் அப்படித்தான். பெரும்பாலும் சந்தையில் வாங்கப் படும் கழிவு காய்கறிகள்தான் சமையலுக்கு. சிறையிலேயே

பயிரிடப்படும் முள்ளங்கி கீரை வகைகளை சமைத்துவிட்டு காய்கறி வாங்கியதாக கணக்கு காட்டுவதும் உண்டு. காய்கறியுடன் சிறையில் உள்ள குரோட்டன்ஸ் இலைகளையும் கலந்துவிடுவார்கள். குரோட்டன்ஸ் சாம்பார் கொஞ்சம் பழகினால் சாப்பிட்டுவிடக்கூடியது தான் என்று கரையாளர் கூறுகிறார்.

சிறையில் குறைகளைக் கேட்க வெளியே இருந்து ஜூரிகள் வருவதுண்டு. பெரும்பாலும் இது அரசாங்கத்தால் அளிக்கப்படும் ஒரு கௌரவ பதவி. கௌரவ நீதிபதி பதவிக்குப் போவதற்கான ஒரு வாசல் இது. 'ஒவ்வொரு ஜெயிலிலும் அவர்களைப் பார்த்தால் அவர்கள் நிலைமைக்காக வருந்தாமல் இருக்க முடியாது. பரிதாபகரமான தோற்றம். உத்தியோகம் இருக்கிறது என்று ஒரு பெருமை. 'ஒண்ணும் செய்யத்தான் உங்களால் முடியாதே' என்ற நோக்கத்துடன் நாம் அவர்களைப் பார்க்கும்போது முகத்தில் அசடு வழியும்' என்று கூறும் கரையாளர் இவர்களின் பணி குறித்தும் கூறுகிறார்.

'ஜில்லா கலெக்டரால் நியமிக்கப்படும் இந்த வகுப்பால் எந்தக் கைதியாவது செய்யும் புகாரைப்பற்றி ஜெயில் புத்தகத்தில் குறிப்பிடு வார்கள். அந்தப் புகார் காரணமில்லாமல் செய்யப்பட்டது என்று ஜெயில் சூபரின்டெண்டு 'அபிப்பிராயப்பட்டால்' அவரே அந்தக் கைதிக்கு என்ன தண்டனை விதிக்க உபதேசித்திருக்கிறார் என்பதை விசிட்டர்களுக்கு எழுதி அனுப்புவார். எந்தக் கைதியாவது இந்த விசித்திர மனிதர்களிடம் சொல்லி எந்தவிதமான அநுகூலமாவது பெற முடியுமா?'

வேலூரில் இருந்து திருச்சி சிறைக்குச் செல்லும் கரையாளர் தன்னைப் பற்றிக் கூறுகிறார். 'நான் ஜெயிலுக்கு புதியவன். மகாத்மா காந்தி, ராஜாஜி முதலியோரைப்போல நான் கறுப்புக் குல்லாய் அல்ல. கறுப்புக் குல்லாய் என்றால் பலமுறை சிறைத்தண்டனை அடைந்து சிறைக்கு வரும் ஆசாமிக்குப் பெயர் 'சிறைப்பறவை.'

சிறைக்குப் போகும் மனிதர்களின் முதல் மாற்றம் அவர்கள் பெயர்களை இழந்து நம்பர் ஆகிவிடுவதுதான். அதன்பிறகு அதுதான் அவர்களின் அடையாளம். கரையாளர் 154 ஆகிவிட்டார். ராஜாஜி எண் 1. முன்னாள் சிறை அமைச்சர் டாக்டர் சுப்பராயன் எண் 6. தினமணி ஆசிரியர் டி.எஸ். சொக்கலிங்கம் எண் 27.

சிறையில் இருவகை உண்டு. கேம்ப் ஜெயில் என்று கூறப்படும் பகுதி சுற்றிலும் கம்பிவேலி போடப்பட்டது. சிறைக்கு தானாகவே வந்த, தப்ப முயலாத, அரசியல் கைதிகளை இங்கே தங்க வைப்பார்கள். இரவில் அறைகளில் அடைப்பார்கள். இதை சிறையில் ஒரு சொர்க்கம்

என்று கூறலாம். தினமும் வெளியே மாடுகள் செல்வதையும் குழந்தைகள் பள்ளிக்கூடம் செல்வதையும் பார்க்கலாம். ஆறுமாதம் சிறையில் இருந்தால்தான் இந்தக்காட்சி எத்தனை பேரின்பம் அளிப்பது என்று புரியும். மனித இயற்கைக்கே மாறான ஒன்று சிறை. சிறைக்குள் ஒரு கைக் குழந்தையை கொண்டுவந்தால் அல்லது ஒரு நாய்க்குட்டி வந்து விட்டால் கொடூரமான குற்றவாளிகள் கூட அதைத் தூக்கி மணிக்கணக்காக கொஞ்சுவார்கள். மனிதர்கள் அன்புசெலுத்தாமல் வாழ முடியாது.

ஜெயிலில் சுத்தப்படுத்துதல் என்பதே கிடையாது. உணவு சமைக்கும் பாத்திரங்கள் குளியல் தொட்டிகள் குடிநீர்த்தொட்டிகள் எதையுமே வருடக்கணக்காக கழுவுவதில்லை. சத்தியாக்கிரகிகள் வந்தபிறகு முறைவைத்து அதைச் செய்ய ஆரம்பித்தார்கள். கடுமையான வெயில் தான் சிறையில் இன்னொரு பிரச்சினை. திருச்சி சிறையின் பெரிதாக் கப்பட்ட பகுதியில் அக்காலகட்டத்தில் எந்தவிதமான மரங்களும் செடிகளும் கிடையாது. வெயில் நேரடியாகவே கொளுத்தும். சிலசமயம் மண்ணும் புழுதியுமாக பெருங்காற்று வீசும். மற்ற நேரங்களில் காற்றோட்டமே இருக்காது.

சிறைவார்டர்கள் சட்டப்படி கைதிகள் அல்ல, அவ்வளவுதான். மற்றபடி அவர்களும் அதே இடத்தில் அதே வாழ்வை வாழ்பவர்களே. அறிவுத் திறனும் குறைவு. காந்தியின் கதரியக்கம் உச்சியில் இருந்த நாட்களில் சிறை வார்டர் சிறைக்குள் நூல் நூற்கும் மூத்த தலைவரிடம் 'ஏன் சாமி இதில் என்ன அப்பிடி சம்பாரிச்சிரப் போறீங்க?' என்று கேட்கிறான்.

வார்டரின் தொப்பியில் இரண்டு கட்டு வெற்றிலை வைக்கலாம், அவ்வளவு பெரிது. 'வார்டரின் தொப்பிதான் கைதிகளின் கடை' என்று சாதாரண கைதிகள் சொல்லுவது வழக்கம். இவர்கள் கொஞ்சம்பேர். மிச்சபேர் 'காணிக்' வார்டர்கள். அதாவது கான்விக்ட் வார்டர்கள். தொழில் முறை குற்றவாளிகள் இவர்கள். இவர்கள்தான் கைதிகளை அடிப்பதும் வதைப்பதும் எல்லாம்.

சிறையில் இச்சூழலிலும் கைதிகள் மகிழ்ச்சியாக இருந்தார்கள். ஜனாப் அகமது தம்பி மொகம்மது மொஹைதீன் மரைக்காயர் பாடவும் ஆடவும் செய்தார். சித்தூர் ஸ்ரீ கே. வரதாச்சாரியை சங்கீத வரதாச்சாரி என்று அழைத்தார்கள். 202 பவுண்ட் எடை இருந்த இவர் மெலிந்து 185 பவுண்ட் எடை ஆக மாறினார். இரவும் பகலும் பாடிக்கொண்டே இருப்பவர். நேர் மாறானவர் எம்.வெங்கடாசலம். கம்யூனிஸ்டு ஊழியர். மெலிந்து குச்சிபோல இருக்கும் வெங்கடாச்சாரிக்கு காச நோய் உண்டு. சிறையில் சிகிச்சை ஏதும் இல்லை. 18 வயது முதலே அரசியல் போராட்டங்களில் ஈடுபட்டு சிறை சென்றவர் இவர்.

‘மனிதனுடைய எடையைப் பற்றி பேசும்போது ஒருவர் எத்தனை பவுண்ட் இருக்கவேண்டுமென்று ஒரு கணக்கு இருக்கிறது. உயரத்தைக் கணக்கு பார்த்து இத்தனை உயரத்திற்கு இத்தனை கனம் என்கிறார்கள். ஸ்ரீ எம்.வெங்கடாச்சாரியின் எடையையும் கூட்டி இரண்டாக வகுத்தால் சராசரி இருக்க வேண்டிய எடை தெரிந்து விடும்’ என்று கிண்டல் செய்கிறார் கரையாளர்.

கைதிகளில் ஒருவரான அம்மாப்பேட்டை வெங்கடராமய்யர் ஸ்ரீனிவாச ராவ் இருவரும் சமையல் பொறுப்பை தாங்கள் ஏற்றுக்கொண்டு ஜெயிலதிகாரிகள் தரும் குரோட்டன்ஸ் இலைகளில் இருந்தே சுவையான உணவை உருவாக்குகிறார்கள். ஆனால் அதிலும் சிக்கல். சாப்பிடுவதற்கு என்று இடமேதும் இல்லை. வெட்டவெளியில் சாப்பிடவேண்டும். திருச்சியில் அடிக்கடி வீசும் புழுதிப்புயல் சாப்பாட்டில் மண்ணை அள்ளிக் கொட்டிவிடும். மண் விழுந்தாலும் சாப்பிட்டுத்தான் ஆகவேண்டும். இல்லையேல் பட்டினி கிடக்கவேண்டும். ஆனால் சிறையில் எப்போதுமே சாப்பாடு பற்றாக்குறையாகவே அளிக்கப்படும் என்பதனால் அதற்கு எவரும் துணிவதில்லை.

திருச்சி சிறை விவரணையில் சாதாரணமாக சொல்லும் பெயர்கள் நடுவே சில பெயர்கள் தெரிந்தவையாக இருப்பது ஆச்சரியமானது. உதாரணம் சர்தார் வேத ரத்தினம் பிள்ளை. நான்கு தடவை சிறைக்கு வந்தவர் அவர். ஹிந்தி, வங்காளி, தமிழ், மலையாளம், ஆங்கிலம், குஜராத்தி மொழிகளில் சரளமாக எழுதுவார் - படிப்பார். ஜெயிலில் சிறைக்கைதிகளுக்கு இந்தி கற்றுக் கொடுத்து வந்தார். சிறந்த சங்கீத வித்வான். காங்கிரஸில் சேர்வதற்கு முன் நல்ல சங்கீதக் கச்சேரிக்காக பதினைந்து இருபது மைல்கூட நடந்து செல்லக்கூடியவர் என்கிறார் கரையாளர்.

சிறையில் உள்ள பிற கைதிகளைப் பற்றிய குறிப்புகளும் அவ்வப்போது வருகின்றன.

‘ஏண்டா ஜெயிலுக்கு வந்தாய்?’

‘பொம்பிளை கேஸ் ஐயா’

‘அதென்னடாது அது?’

உண்மையில் அந்த களங்கமற்ற முகம் கொண்ட உற்சாகமான விசுவகர்ம சமூகத்துப் பையனின் வழக்கு பெட்டியை திருடிக்கொண்டு போனதாக. ஆனால் அது கேவலம் என்று அவன் நினைக்கிறான். ஒரு பெண்ணுடன் சினேகம், அவள் புருஷன் கள்ள கேஸில் மாட்டி விட்டு விட்டான் என்று கூறுகிறான்.

சைக்கிள் கடிகாரம் பூட்ஸ் மூன்றும் தன்னிடம் உண்டு என்று அடிக்கடி கூறுகிறான். அவனை சத்தியாக்கிரகிகள் பொன்னுக்குட்டி என்று கூப்பிடுகிறார்கள். கல்வேலை செய்வது தொழில்.

'என்னடா உனக்கு நன்றக வேலை செய்ய தெரியுமா?'

'என்ன சாமி காலையிலே தலையை சீவிக் கொண்டு கையிலே வாட்ச் கட்டி சைக்கிளிலே ஏறிப்போனால் சாயங்காலம் ஒரு ரூபாயுடன்தானே திரும்பி வருவேன்?'

'கல்லிலே என்ன செய்வாய்?'

'நாய் குதிரை எது வேண்டுமானாலும் அடிப்பேன்.'

'நன்னாயிருக்குமா. அந்த நாய் வேட்டையாடுமா?'

'அடிச்சு தூக்கிவிடும்போதே பாதி உசிரு வந்திடுமே சாமி. வேட்டை தானே பேஷா ஆடும்...'

இன்னொரு வகையினர் தலித்துக்கள். கல்வி இல்லை. உலகப் பிரக்ஞை இல்லை. எதற்காக ஜெயிலுக்கு வந்தோம் எப்போது விடுதலை எதுவுமே தெரியாது. வேதாரண்யத்திலிருந்து வந்திருந்தான் குஞ்சன் சாம்பான்.

'உனக்கு எப்போ விடுதலை?'

'என் கட்டைய பாருங்க சாமி'

'உனக்கு ஏப்ரல் மாதம் விடுதலை'

'அதென்ன சாமி நாலாம் மாசமா அஞ்சா?'

'நாலாம் மாசம்.'

கழுத்தில் மாட்டியிருக்கும் துத்தநாகத் தகட்டில்தான் எல்லா தகவலுமே. அந்தக் கட்டை தொலைந்துவிட்டால்? அவ்வளவுதான். எஞ்சிய வாழ்நாள் முழுக்க சிறைதான்.

சிறையில் இருந்த இரு முக்கிய மனிதர்கள் ஒருவர் டாக்டர் சுப்பராயன். இவரது மகள்தான் பின்னர் கிருஷ்ணனை மணந்த கம்யூனிஸ்டு தலைவரான பார்வதி. இன்னொரு மகள் மோகன் குமாரமங்கலம். சுப்பராயன் பெரும் செல்வந்தர். மாகாண சபையில் அமைச்சராக இருந்தவர். ஏன், சென்னையில் சிறை அமைச்சராகவே இருந்திருக்கிறார். எப்போதும் கதர் பனியனும் கால் சட்டையும் அணிந்துகொண்டு உற்சாகமாக இருக்கும் சுப்பராயன் வெயில் தாங்காமல் தனக்கு பனிக்கட்டி தேவை என்கிறார். அது ஆடம்பரம், கொடுக்கமுடியாது என்கிறார் சூபரின்டன்ட். ஆடம்பரம் அவசியம் என்பதெல்லாம் ஆளைப் பொறுத்தது. நான் கோடையில் எப்போதுமே லண்டனில்தான் வாழ்ந்

திருக்கிறேன். கொஞ்சம் வெயிலடித்தாலே ஊட்டிக்குச் சென்று விடுபவன். எனக்கு பனிக்கட்டி தேவை என்று வாதாடி வாங்குகிறார்.

1929ல் சுப்பராயன் மாகாண சபையில் அமைச்சராக இருந்தபோது பிரிட்டிஷ் அரசு அவருக்கு சர் பட்டம் அளிக்க முன்வந்தது. அதை உறுதியாக மறுத்துவிட்டார். அவர் மறுத்துவிட்டதனால் பிற இந்திய அமைச்சர்களுக்கு சர் பட்டம் கிடைப்பதும் தள்ளிப் போயிற்று. அதை பின்னர் லார்டு கோஷன் சுப்பராயனின் மனைவி ராதாபாயிடம் அதைச் சொல்கிறார். அந்தத் தகவல் அவருக்கு தெரிந்திருக்கவில்லை. 'அது முற்றிலும் சரிதானே. அரசியலில் இருந்து விலகும் ஒருவருக்குத்தானே பட்டம் வேண்டும். என் கணவர் தேச சேவை செய்ய எத்தனையோ வருஷங்கள் இருக்கின்றனவே...' என்றார் அவர்.

இன்னொரு முக்கியபுள்ளி ராஜாஜி. அவர்தான் சிறையில் காங்கிரஸ் காரர்களுக்கு தலைவர். 62 வயது அவருக்கு. ஆனால் அதிகாலையில் எழுகிறார். காபி சாப்பிட்டதுமே வால்மீகி ராமாயணம் வகுப்பு எடுக்கிறார். பிறகு ஒரு கோரைப்பாய் கோப்பையுடன் காலை உணவுக்குச் செல்கிறார். மிகமிகக் குறைவாகவே உண்கிறார் ராஜாஜி. பகல் 12 முதல் இரண்டுமணி நேரம் ஷேக்ஸ்பியர் வகுப்புகள். வெயில் அதிகரிக்கும் போது நீலநிற கைக்குட்டையை நீரில் நனைத்து தலையில் கட்டிக் கொள்வார். மாலை மூன்றுமுதல் பூகோளம் ரசாயனம் போன்ற அறிவியல் துறைகளை சரியான தமிழ்ச் சொற்களைக் கண்டுபிடித்து தமிழிலேயே புரிந்து கொள்ளும் முயற்சி. இரவு முழுக்க பழந்தமிழிலக்கிய வகுப்புகள். கம்பராமாயணமும் குறளும் ராஜாஜிக்குப் பிடித்தமானவை. ராஜாஜியைப் பொறுத்தவரை அவர் விழித்திருக்கும் நேரம் முழுக்க கல்வி கற்பித்துக் கொண்டும் கற்றுக் கொண்டும் இருக்கிறார்.

இவைதவிர தன் சொந்த வேலைகள் அனைத்தையும் தானே செய்ய வேண்டும் என்பதில் கவனமாக இருக்கிறார் ராஜாஜி. துணி துவைப்பது முதல் கூட்டிப் பெருக்கி வைப்பது வரை எதையும் பிறர் செய்ய விடுவதில்லை. என்ன விசித்திரம் என்றால் ராஜாஜி முதலில் கைதான போது அவர் எழுதப் படிக்கத்தெரியாது என்று பதிவாகி அவர் சி.வகுப்பில் சேர்க்கப்பட்டார். அது மாற்றப்படவே இல்லை. ஜெயிலுக்குள் ராஜாஜி வெளியே உள்ள அரசியல் நிலைமைகளைப் பற்றி பேசுவதே இல்லை. 'நமக்கு ஒன்றுமே தெரியாது. தெரியாமல் பேசுவது வீண் பதற்றத்தையே உருவாக்கும்' என்கிறார்.

திருச்சி சிறை ஒரு விசித்திரமான நூல். வதைகளைப் பற்றியது. ஆனால் உல்லாசமாக எழுதப்பட்டிருக்கிறது. மனமொத்த மனிதர்கள் கூடிவாழும் எந்த இடமும் இனியதே என்று கூறுகிறது இது.

(1941 திருச்சி சிறை, எல்.எஸ். கரையாளர், தமிழினி பதிப்பகம், சென்னை)

விலக்கப்பட்டவர்கள்

கேரளத்தில் இரிஞ்ஞாலக்குடா அருகே உள்ள கொல்லங்கோட்டைச் சேர்ந்தவர் மேலங்கத்து கோபால மேனன். கோழிக்கோடு சாமூதிரி மன்னரின் அரசில் அவருக்கு வரிவசூல்செய்யும் 'அம்சம் அதிகாரி' வேலை. அம்சம் என்றால் நிலவரிக்கான ஒரு குறைந்தபட்ச பிராந்தியம். இப்போதைய வருவாய் வட்டம் போல. அது அப்பகுதிக்கான நீதிபதி வேலையும்கூட. அவர் திருமணம்செய்துகொண்டது இரிஞ்ஞாலக்குடா வட்டபறம்பில் மீனாட்சி அம்மாவை.

1903ல் திரிச்சூர் அருகே உள்ள குந்நங்குளம் என்ற ஊரில் இருந்த ஒரு நம்பூதிரி மனையில் வாழ்ந்த விதவையான ஒரு நம்பூதிரிப்பெண் கருவுற்றாள். அக்காலத்தில் நம்பூதிரிப்பெண் முறைதவறியதாகத் தெரிந்தால் ஸ்மார்த்த விசாரம் என்ற பேருள்ள ஒரு விசாரணைக்கு ஆளாக்கப்படுவாள். ஸ்மார்த்த சபை குந்நங்குளம் மனையில் அந்த நம்பூதிரிப்பெண்ணிடம் அவளது கருவுக்குக் காரணமானவர்களைப் பற்றிக் கேட்டது. அப்பெண் பத்துப்பதினைந்து பெயர்களைச் சொன்னாள். அதில் ஒன்று மேலங்கத்து கோபாலமேனன்.

ஸ்மார்த்த சபையின் சிபாரிசின்படி கோழிக்கோடு சாமூதிரி மன்னர் அந்த நம்பூதிரிப்பெண்ணை சாதிவிலக்கு செய்தார். அவளால் பெயர் சுட்டப்பட்ட நம்பூதிரிகளுக்கும் சாதிவிலக்கு அளிக்கப்பட்டது. மற்ற சாதியினருக்கு பலவகையான தண்டனைகள் கிடைத்தன. நாயரான மேலங்கத்து கோபால மேனன் நாடுகடத்தப்பட்டார். (மேனன் என்பது வரிவசூல் மற்றும் நிதிப்பொறுப்புகளை குடும்ப மரபாக வகிக்கும் நாயர்களுக்கு உரிய குலப்பட்டம்.) அக்காலத்து வழக்கப்படி வட்டபறம்பில் மீனாட்சியம்மா கணவனை விவாகரத்து செய்தாள்.

அந்த நம்பூதிரிப்பெண் என்ன ஆனாள்? அத்தனை பேருடன் அவள் ஏன் உறவு வைத்திருந்தாள்? அதை அறிவதற்கு நாம் ஸ்மார்த்தவிசாரம்

என்றால் என்ன என்று தெரிந்துகொள்ள வேண்டும். கேரள சரித்திரத்தில் பலவகையான ஆய்வுகளுக்குரிய ஆர்வமூட்டும் சமூக வழக்கமாக இருந்தது அது. அது ஒரு சாதிச்சடங்கு.

கேரளத்தில் உள்ள மலையாளப் பிராமணர்கள் ஒரே சிறு சாதியைச் சேர்ந்தவர்கள். இவர்கள் நம்பூதிரிகள் எனப்படுகிறார்கள். இவர்கள் கி.பி. பன்னிரண்டாம் நூற்றாண்டு வாக்கில் ஆந்திராவில் இருந்து மலைப்பாதை வழியாக கேரளத்துக்கு வந்து குடியேறியவர்களாக இருக்கலாம் என்பது பிரபலமான ஊகம். இக்காலகட்டத்தில் பெரும் இஸ்லாமியப்படையெடுப்புகளால் ஆந்திர மையநிலப்பகுதி சின்னா பின்னமாகிக்கிடந்தது. பெரும் எண்ணிக்கையில் மக்கள் இடம் பெயர்ந்த காலகட்டம் இது.

கேரளத்து நிலத்தில் பெரும்பகுதி முழுக்க முழுக்க கொடும்காடாகக் கிடந்த காலம் அது. புராதன சேர மன்னர்குலம் சோழர்களின் படை யெடுப்பு மூலம் அழிக்கப்பட்டது. கி.பி பதினொன்றாம் நூற்றாண்டு வரை முந்நூறு வருடம் கேரளத்தில் சோழர்களின் நேரடி ஆட்சி நிலவியது. சோழர்களின் ஆட்சி மறைந்தபோது சோழர்களுடைய தளபதிகளாக இருந்தவர்களும் சோழர்களுக்குக் கப்பம்கட்டி வாழ்ந்த உள்ளூர் குறுநிலப்பிரபுக்களும் சுதந்திர அரசர்களாக தங்களை பிரகடனம் செய்துகொண்டார்கள். இவர்களில் சிலர் பழைய சேரமன்னர்களின் வாரிசுகள். ஐதீகத்தின்படி ஐம்பத்தியாறு சிறு அரசுகள் இக்காலகட்டத்தில் சின்னஞ்சிறு கேரள மண்ணில் இருந்தன.

இக்காலகட்டத்தில் கேரளத்துக்கு வந்த ஆந்திர தேசத்து வைதீகர்கள் கேரள மன்னர்களால் விரும்பி வரவேற்கப்பட்டார்கள். ஏன் என்பதை நாம் வரலாற்றுக் கோட்பாட்டாளரான டி.டி.கோஸாம்பியின் பார்வையில் விளங்கிக்கொள்ள முடியும். அக்காலகட்டத்தில் பலவகையான இனக் குழுக்களை ஒன்றாகத்திரட்டி ஓர் அரசமைப்பை உருவாக்கும் முக்கிய மான கருத்தியல் சக்தியாக வைதிகம் விளங்கியது. இந்திய நிலப்பகுதி யெங்கும் பிராமணர்களின் சாத்வீகமான அதிகாரப்பரவலாக்கம் மூலமே படையெடுப்புகள் இல்லாமல் இனக்குழுக்கள் வெல்லப்பட்டு, ஒற்றைச்சமூகமாக திரட்டப்பட்டு, அரசு உருவாக்கம் நிகழ்ந்தது என்கிறார் டி.டி.கோஸாம்.

அந்த வழிமுறையையும் டி.டி.கோஸாம்பியே சொல்கிறார். பெருமதம் சார்ந்த கோயில்களை நிறுவுவதும் நாட்டார் வழிபாட்டுத்தெய்வங் களை பெருந்தெய்வங்களாக மாற்றுவதும் முதல்படி. அந்த நம்பிக்கையின் மையச்சரடில் பல்வேறு சாதிகளை அடுக்குவது அடுத்த படி. அவர்கள் அனைவரும் ஏற்கும் கருத்தியல் அதிகாரம் இவ்வாறாக நிறுவப் படுகிறது. அந்த அதிகாரத்தை தங்களை ஆதரிக்கும் மன்னர்களுக்கு

வைதீகர்கள் அளிக்கிறார்கள். அவ்வாறாக க்ஷத்ரிய – வைதிக கூட்டு உருவாகிறது. இதுவே நம் மரபின் அதிகாரக்கட்டுமானத்தின் சூத்திரம்.

கேரளநிலத்தில் சிவன், விஷ்ணு, ராமன், கிருஷ்ணன் போன்ற பெருந் தெய்வங்களை நம்பூதிரிகள் நிறுவினார்கள். சேரன்செங்குட்டுவன் காலம் முதலே இருந்துவந்த பத்தினித்தெய்வ வழிபாட்டை பகவதி வழிபாடாக உருமாற்றம் செய்தார்கள். கேரளத்தின் அதிகாரம் கோயில் களை மையமாக்கியதாக அமைந்தது. கோயில்கள் நம்பூதிரிகளின் உடைமைகளாக இருந்தன. இவ்வாறு ஒருநூற்றாண்டுக்குள் கேரளத்தின் மொத்த அதிகாரமும் நம்பூதிரிகளின் கைகளுக்கு வந்தது. நம்பூதிரிகளைப் பேணிய கோழிக்கோடு சாமூதிரி, கொச்சி மன்னர் போன்றவர்கள் அவர்களின் ஆசிபெற்று பெரிய மன்னர்களாக ஆனார்கள். பிற சிறிய மன்னர்களை அவர்கள் தங்கள் கட்டுப் பாட்டுக்குள் கொண்டுவந்தார்கள்.

உச்ச அதிகாரத்தில் இருந்த நம்பூதிரிகள் தங்கள் சாதியின் தனித்து வத்தைப் பேணுவதில் கவனமாக இருந்தார்கள். பிற பிராமணர்கள் எவரிடமும் இல்லாத பல சடங்குகளும் நம்பிக்கைகளும் குலவழக் கங்களும் அவர்களுக்கு உண்டு. அவற்றைப் பேணும்பொருட்டு சாதிச்சபைகளையும், சாதி நீதிமன்றங்களையும், அதற்கான விசாரணை முறைகளையும் உருவாக்கி மிகக்கறாராக கடைப்பிடித்தார்கள். தங்கள் சாதித் தனித்துவத்தைப் பேண விரும்பும் எல்லா சிறிய சாதிகளையும் போல தங்கள் பெண்களுக்கு பிற சாதியிடம் தொடர்பே ஏற்படக்கூடாது என்பதில் குறியாக இருந்தார்கள். ஆகவே பெண்கள் மீது உச்சகட்ட கட்டுப்பாடுகள் விதிக்கப்பட்டன. மூர்க்கமாகப் பெண்களை ஒடுக்கும் இந்த வழக்கம் பெரும்பாலும் எல்லா பழங்குடிகளிடமும் இருப்பது தான். நம்பூதிரிகளின் பல பழக்கவழக்கங்கள் முற்றிலும் பழங்குடித் தன்மை கொண்டவை.

நம்பூதிரிப்பெண் அந்தர்ஜனம் (உள்ளே இருப்பவள்) என்று அழைக்கப் பட்டாள். அதன் மொழியாக்கம் சாதாரணர்களால் அழைக்கப்பட்டது, அகத்தம்மா. அந்தர்ஜனங்கள் வெள்ளை ஆடை மட்டுமே அணிய வேண்டும். உடலையும் முகத்தையும் முழுமையாக மறைத்துக் கொண்டுதான் வெளியே கிளம்ப வேண்டும். குளிப்பதற்குக் கூட தனியாக வீட்டை விட்டு செல்லவே கூடாது. எப்போதும் கையில் ஒரு ஓலைக்குடையை வைத்திருக்க வேண்டும். இதற்கு மறைக்குடை என்று பெயர். ஆண்கள் யாரைக் கண்டாலும் அந்தக்குடையால் முகத்தை மறைத்துக்கொள்ள வேண்டும். விதவை மறுமணம் அனுமதிக்கப் படவில்லை. மொத்தத்தில் இருண்ட நம்பூதிரி இல்லங்களில் பிறந்து இருளில் வாழ்ந்து இருளில் மடியும் வாழ்க்கை அவர்களுடையது.

நம்பூதிரிகள் சிறுபான்மையினர். அவர்களுக்கு நேரடியாக ஆயுதபலம் சாத்தியமில்லை. ஆகவே கேரளத்தில் மட்டும் ஒரு தனி வழக்கத்தை அவர்கள் கடைப்பிடித்தார்கள். நம்பூதிரி ஆண்கள் மன்னர்குடும்பங்களிலும், நாயர்சாதியின் பெருநிலப்பிரபுக்களின் குடும்பங்களிலும் பெண்களை மணம்புரிந்துகொண்டார்கள். அதன்மூலம் அக்குடும்பங்களுடன் உதிர உறவை நிறுவினார்கள். நாயர்கள் நேரடியாக ஆயுதங்களைக் கையாண்ட சாதி. நிலங்களை கையில் வைத்திருந்தவர்கள். இந்த உறவு நம்பூதிரிகளுடைய ஆதிக்கத்தை நிலைநாட்டியது. நாயர்களுக்கு மத அதிகாரத்தை அளித்தது.

இந்த வழக்கம் நின்றுவிடாமலிருக்க நம்பூதிரிகள் ஒரு மரபை சட்டமாக்கினார்கள். நம்பூதிரிச் சாதியில் ஒரு குடும்பத்தின் மூத்த மகன் மட்டுமே நம்பூதிரிப்பெண்ணை மணம் புரிந்துகொள்ள முடியும். பிற மகன்கள் மன்னர்குடும்பங்களிலோ, நாயர் சாதியிலோ மட்டுமே மணம் புரிந்துகொள்ள வேண்டும். அவர்களுக்கு நம்பூதிரிப்பெண் விலக்கு. நம்பூதிரிகள் ஆண்வழிச் சொத்துரிமை கொண்டவர்கள். நாயர்கள் பெண்வழிச்சொத்துரிமை கொண்டவர்கள். ஆனால் நம்பூதிரிச் சொத்துக்களுக்கு குடும்பத்தின் மூத்த மகன் மட்டுமே வாரிசு. பிறருக்கு எந்த உரிமையும் இல்லை.

இதன் விளைவாக நம்பூதிரிச் சொத்துக்கள் நூற்றாண்டுகளாக பிளவுபடவே இல்லை. நம்பூதிரிச்சாதியின் எண்ணிக்கை அதிகரிக்கவில்லை. ஆகவே அவர்களின் ஆதிக்கம் நீடித்தது. ஆனால் நம்பூதிரிப்பெண்களில் மிகப்பெரும்பாலானவர்கள் கன்னியராகவோ விதவைகளாகவோ நின்றுவிட நேர்ந்தது. ஆகவே அவர்களிடம் பாலியல் மீறல்களுக்கான வாய்ப்புகள் சற்று அதிகம். இதனால் நம்பூதிரிகள் தங்கள் பெண்களின் கற்பை கண்காணிக்கவும் தண்டிக்கவும் ஸ்மார்த்த சபை என்ற அமைப்பை உருவாக்கிக்கொண்டார்கள். பாலுறவைக் கண்காணிப்பதற்கென்றே ஒரு தனி அமைப்பு வைத்திருந்த ஒரே சாதி நம்பூதிரிகள்தான்.

ஸ்மார்த்த சபை என்பது ஆசார விதிகளின்படி ஒழுக்க மீறல்களை விசாரிக்கும் ஒரு அமைப்பு. இதன் தலைவர் ஸ்மார்த்தர் என்று அழைக்கப்படுவார். இவருக்கு உதவிசெய்ய பிற நம்பூதிரிகள் உண்டு. ஒழுக்க மீறலுக்குக் குற்றம்சாட்டப்பட்ட நம்பூதிரிப்பெண் உடனடியாக தனி அறையில் கடுமையான காவலுடன் அடைக்கப்படுவாள். நாவிதர் அல்லது வண்ணார் சாதியைச் சேர்ந்த முதியபெண் ஒருத்தி அவளிடம் பேசுவதற்காக அமர்த்தப்படுவாள். குற்றம் சாட்டப்பட்ட பெண் இருக்கும் அறைக்கு வெளியே மூடிய கதவுக்கு இப்பால் நின்றபடி ஸ்மார்த்தர் அவளிடம் கேள்விகள் கேட்பார். அதை அந்த முதியபெண் குற்றம்சாட்டப்பட்ட பெண்ணிடம் கேட்டு பதில் பெற்று சொல்ல வேண்டும்.

குற்றம்சாட்டப்பட்ட பெண் தொடர்ச்சியாக உணவும் நீரும் இல்லாமல் பட்டினி போடப்படுவாள். பிற வேலைக்காரிகளை வைத்து அடிப்பதும் சூட்டுக்கோல் காய்ச்சி சூடுபோட்டு வதைக்கப்படுவதும் உண்டு. அறைக்குள் மிளகாய்த்தூள்போட்ட புகையை நிறைப்பது, பலநாட்கள் ஈரத்திலேயே போட்டிருப்பது, தொடர்ச்சியாக தூங்கவிடாமல் செய்வது போன்று வதைகளின் பட்டியல் நீள்கிறது. ஒருசமயம் அந்த அறைக்குள் பாம்பு விடப்பட்டிருக்கிறது. குற்றம்சாட்டப்பட்டவர் குற்றத்தை ஒப்புக் கொண்டுதான் ஆகவேண்டும், குற்றம் செய்திருந்தாலும் இல்லா விட்டாலும்! அக்குற்றத்தில் தன்னுடன் ஈடுபட்டவர்களின் பெயர்களை அவள் சொல்லியாகவேண்டும். பொதுவாக சபை அவளை விபச்சாரி என முத்திரை குத்த விரும்புவதனால் அவள் ஒன்றுக்கும் மேற்பட்ட பெயர்களைச் சொல்லும் வரை சித்திரவதை நீளும்.

அவள் பெயர்களைச் சொன்னதும் அவளை இழுத்துவந்து தாழ்ந்த சாதியினருக்கு விற்கிறார்கள். அந்தத் தொகை அரசாங்க கஜானாவில் கட்டப்படும். அத்துடன் அவளுடைய சாதி அடையாளம் அழிந்து விடும். வீட்டைவிட்டு வெளியேற்றியதும் அவளை இறந்தவளாக தீர்மானித்து உரிய இறுதிச்சடங்குகள் குடும்பத்தாரால் செய்யப்படும். இதற்கு 'படியடைச்சு பிண்டம் வைத்தல்' என்று பெயர். அவளை வாங்கியவன் அவளைக் கொண்டுசெல்வான்.

ஸ்மார்த்தவிசாரத்தில் பெயர் சுட்டப்பட்டவர்களைப்பற்றி மன்னருக்கு சொல்லப்படும். மன்னர் அவர்களுக்கு தண்டனை விதிப்பார். நாயர் சாதியைவிட தாழ்ந்தவர்கள் அதில் இருந்தால் உடனடியாக சிரச்சேதம் செய்யப்படுவார்கள். தலித்துக்கள் என்றால் கழுவேற்றப்படுவார்கள். நாயர்கள் பொதுவாக சாதிவிலக்குக்கும் நாடுகடத்தலுக்கும் ஆளாவார்கள். நம்பூதிரிகளுக்கு சாதிவிலக்குத் தண்டனை.

சாதிவிலக்குத் தண்டனை அளிப்பதற்கு முன்னர் நம்பூதிரிகளுக்கும் நாயர்களுக்கும் ஒரு 'உண்மை கண்டறியும் சோதனை' உண்டு. இதற்கு 'கைமுக்கு' என்று பெயர். சுசீந்திரம் கோயில் புகழ்பெற்ற கைமுக்கு மையமாக இருந்தது. திருவிதாங்கூரில் எங்கே ஸ்மார்த்த விசாரம் நடந்தாலும் கைமுக்கு நடப்பது சுசீந்திரத்தில்தான். இங்குள்ள செண்பக ராமன் மண்டபத்தில் இது நிகழும். இதைப்பற்றி முனைவர் அ.கா.பெருமாள் 'சுசீந்திரம் ஆலயவரலாறு' என்ற நூலில் விரிவாக எழுதியிருக்கிறார்.

குற்றம் சாட்டப்பட்டவர்கள் பொதுச்சபை முன் நிறுத்தப்படுவார்கள். பெரிய உருளியில் கொதிக்கவைத்த நெய்யில் கைவிட்டு உள்ளே இருக்கும் சிறிய பொற்சிலை ஒன்றை எடுக்க வேண்டும். கையில் தீக்காயம் படாவிட்டால் நிரபராதி என்று தீர்ப்பாகும். தீக்காயம்

பட்டால் உடனடியாக சாதிவிலக்கு அறிவிக்கப்படும். சாதிவிலக்கு பெற்றவர் பின்னர் தேவதாசி சாதியில் இணைந்துகொள்வதுதான் வழக்கம். பின்னர் இச்சடங்கில் கையில் துணிசுற்றிக்கொண்டு கொதிக்கும்நெய்யில் கைவிட்டால்போதும் என்ற மாற்றம் கொண்டு வரப்பட்டது. மகாராஜா சுவாதித்திருநாள் இந்த வழக்கத்தை நிறுத்தினார்.

1893 ல் திரிச்சூர் அருகே உள்ள வெங்கிடங்கு என்ற ஊரில் உள்ள வடவர் கோட்டு மனை என்ற நம்பூதிரி இல்லத்தில் பதினைந்து வயதான பருவம் வந்த நம்பூதிரிச்சிறுமி குளத்தில் குளித்துவிட்டு வந்து கொண்டிருந்தபோது அங்கே வேதமோதுதல் கற்பிக்க வந்திருந்த முதியவரான நம்பூதிரி (இவர்களுக்கு ஓதிக்கன் என்று பெயர்) அவள் கையைப்பிடித்து இழுத்து முத்தமிட முயன்றார். அவரைப் பிடித்துத் தள்ளியபின் ஓடிப்போன அந்தச்சிறுமி தன் அம்மாவிடம் தன்னை ஓதிக்கன் கைப்பிடித்து இழுத்துவிட்டதாகச் சொன்னாள்.

அக்குடும்பத்துப் பெண்களே அதை பெரிய ஒழுக்கமீறலாகக் கண்டு புகார் சொன்னார்கள். நம்பூதிரி நெறிகளின்படி அப்படி ஒருவரை கவர்ந்தது அப்பெண்ணின் பிழையாகும். ஆகவே ஸ்மார்த்த விசாரணை நடந்தது. அப்பெண் சித்திரவதைக்குள்ளாக்கப்பட்டு 'குற்றங்களை' ஒப்புக்கொண்டு பிரஷ்டம் செய்யப்பட்டாள். அவளை சாதியமைப்பில் மிகக்கீழ்நிலையில் இருந்த நாயாடிகள் என்ற பழங்குடியின் தலைவனான கிழவன் பிடித்துச்சென்றான். நாயாடிகளை அன்று ஒரு உயர்சாதியினன் பார்த்தாலே அது தீட்டு என்று கருதப்பட்டது. எலிகளை வேட்டையாடி உண்பவர்கள் அவர்கள்.

அந்தப்பெண்ணின் அப்பா திருவிதாங்கூரில் அரசபதவியில் இருந்தார். அவளுடைய தாய்வீடுதான் வடவர்கோட்டு மனை. தன் மகளைக் காப்பாற்ற அவளுடைய தந்தை கடுமையாக முயற்சி எடுத்தார். திருவிதாங்கூரில் அதற்கு முன்னரே ஸ்மார்த்த விசாரம் தடைசெய்யப் பட்டிருந்தது. திருவிதாங்கூர் மன்னர் அப்பெண்ணுக்காக கொச்சி மன்னரிடமும் கோழிக்கோட்டு சாமூதிரிமன்னரிடமும் வாதிட்டார். ஆனால் உச்ச அதிகாரம் கொண்ட நம்பூதிரிசபையை ஒன்றும் செய்ய முடியவில்லை.

ஆனால் அந்தப்பெண்ணை ஒரு போர்ச்சுக்கல் வணிகன் நாயாடிகளிட மிருந்து விலைக்கு வாங்கினான். அவன் அவளை மணம் புரிந்து கொண்டான். அவள் மதம் மாறி கிறித்தவப்பெண்ணாக ஆனாள். கே.வி.வாசுதேவன் நம்பூதிரிப்பாடு என்பவர் பழைய ஆவணங்களில் இருந்து இவ்வரலாற்றை ஆராய்ந்து எழுதிய கட்டுரையில் இத்தகவல்கள் உள்ளன.

பொதுவாக ஸ்மார்த்த விசாரத்துக்கு ஆளான பெண்களின் பெயர்கூட கிடைப்பதில்லை. காரணம், அவள் குற்றம்சாட்டப்படும்போதே பெயர் நீக்கம் செய்யப்படுவாள். அதன்பின் அவளை 'சாதனம்' (சாமான்) என்றே குறிப்பிடுவார்கள். ஆனால் ஒருபெயர் மட்டும் வரலாற்றில் தீக்கனல் போல எரிந்துகொண்டிருக்கிறது. 1905ல் பாலக்காடு அருகே உள்ள குறியேடத்து மனையில் தாத்ரிக்குட்டி என்ற இளம்பெண் ஸ்மார்த்த விசாரணைக்கு ஆளாக்கப்பட்டாள். அவளை கேரள வரலாறு மறக்கவே முடியாது.

மற்ற நம்பூதிரிப்பெண்களைப்போல அல்லாமல் குறியேடத்து தாத்ரிக்குட்டி கல்வி கற்றவள். சமஸ்கிருத காவியங்களில் அறிமுகம் உடையவள். இசைப்பயிற்சி உண்டு. கதகளி மீது அபாரமான பிரேமை இருந்தது. இளம்விதவையாக ஆன குறியேடத்து தாத்ரிக்குட்டி தன் இல்லத்தில் நடந்த கதகளிகளை ரகசியமாகக் கண்டுவந்தாள். அக்கலைஞர்களுடன் உறவு ஏற்பட்டது. கருவுற்றாள். ஆகவே அவள் விசாரணைக்கு கொண்டுவரப்பட்டாள்.

பொதுவாக, ஸ்மார்த்தவிசாரணைக்கு உள்ளாகும் பெண்கள் ஒரு கட்டத்தில் நிறைய பெயர்களை வரிசையாகச் சொல்வதை ஆவணங்கள் காட்டுகின்றன. ஏனென்றால் அவளிடம் கடைசியாக எஞ்சியிருக்கும் அதிகாரம் அதுவே. அவள் எந்தப்பெயர்களையெல்லாம் சொல்கிறாளோ அவர்களெல்லாம் தண்டிக்கப்படுவார்கள். அவளுடைய வன்மம் அந்தக்கணத்தில் தன்னை அந்நிலைக்கு ஆளாக்கிய அனைவர் மேலும் பாய்கிறது. நிரபராதிகளும் தண்டிக்கப்படுகிறார்கள்.

குறியேடத்து தாத்ரிக்குட்டி செய்ததும் அதுவே. ஒட்டுமொத்த நம்பூதிரி சபையையே அவள் தன்னுடன் விபச்சாரம்செய்தவர்களாக அடையாளப் படுத்தினாள். 63 பிரபல நம்பூதிரி இல்லங்களைச் சேர்ந்த தலைமை நம்பூதிரிகள் அவளால் தண்டனைக்கு ஆளானார்கள். அவர்களில் பெரும்பாலானவர்களுக்கு அதில் தொடர்பில்லை என்பது வெளிப்படை. ஆனால் வேறு வழியே இல்லை, ஆசாரத்தை எவரும் மீறமுடியாது. அவர்களில் பல நம்பூதிரிகள் கைமுக்கு சோதனைக்குப் பயந்து தற்கொலை செய்துகொண்டார்கள். பிறரை சாமூதிரிமன்னர் சாதிபிரஷ்டம் செய்தார்.

குறியேடத்து தாத்ரிக்குட்டியின் கதை கேரள இலக்கியத்தில் உக்கிர மான பல படைப்புகளை உருவாக்கியது. 'அறுபத்துநாலாவது பெயரை தாத்ரிக்குட்டி சொல்லியிருந்தால் தீர்ப்பளிக்க ஆளிருந்திருக்காது' என்று ஒரு கவிஞர் பாடினார். தாத்ரிக்குட்டி ஒரு கதகளிக் கலைஞனை கதகளிக் கதாபாத்திர வேடத்திலேயே இரவில் தன்னிடம் வரச்சொன்னாளாம். 'அவளுடைய காமம் கலையுடன்தான், அவள் புணர்ந்தது பீமனையும்

அர்ஜுனனையும்தான், மனிதர்களையல்ல' என்று அவளைப்பற்றி தான் எழுதிய ஒரு கதையில் எம்.கோவிந்தன் சொல்கிறார்.

மாடம்பு குஞ்சுக்குட்டன் என்ற எழுத்தாளர் குறியேடத்து தாத்ரிக் குட்டியைப் பற்றி 1974ல் 'பிரஷ்டு' என்ற பிரபலமான நாவலை எழுதினார். அந்நாவல் 1975ல் ஒரு திரைப்படமாக அதே பேரில் வெளிவந்தது. அதில் புதுமுகமாக அறிமுகமான சுஜாதா அக்கால கட்டத்தில் மிகத்துணிச்சலாக நடித்திருந்தார். பிற்பாடு அவர் கே.பால சந்தரின் 'அவள் ஒரு தொடர்கதை' மூலம் தமிழில் பிரபலமாக ஆனார்.

2002 ல் எம்.டி.வாசுதேவன்நாயர் எழுதி ஹரிஹரன் இயக்கிய 'பரிணயம்' என்ற முக்கியமான திரைப்படம் வெளிவந்தது. இது தாத்ரிக்குட்டியின் கதையை ஒட்டி இன்னும் விரிவாகவும் தீவிரமாகவும் ஸ்மார்த்த விசாரச் சடங்கைச் சித்தரிக்கிறது. மோகினி தாத்ரிக் குட்டியாக நடித்திருந்தார். ஸ்மார்த்தனாக திலகனும் தாத்ரிக்குட்டியின் குடும்ப மூத்தாராக நெடுமுடிவேணுவும் நடித்திருந்தார்கள். இதில் கதை இன்னும் இருபதாண்டுக்காலம் பின்னுக்கு கொண்டுவரப் பட்டிருக்கிறது. தாத்ரிக்குட்டிக்கும் ஒரு கதகளி நடிகனுக்கும் இடையே யான உறவை மட்டுமே இது பேசுகிறது.

தாத்ரிக்குட்டி என்ன ஆனார்? திரிச்சூரைச்சேர்ந்த ஒரு ஆங்கிலோ இந்தியக் கிறித்தவர் அவளை ஏலத்தில் விலைகொடுத்து வாங்கி மணம் புரிந்துகொண்டார். கேரளத்தில் அவளுடன் வாழமுடியாமல் தமிழ கத்துக்கு வந்தார். திருச்சி அருகே பொன்மனை ரயில்தொழிற் சாலையிலும் பின்னர் சென்னையிலும் அவர் வாழ்ந்தார் என்று சொல்லப் படுகிறது. அவரது வாரிசுகள் பலவாறாக சிதறிப்பரந்தாலும் சில தகவல்கள் அங்கிங்காகக் கிடைக்கின்றன. அவர்களில் ஒரு பெண் இன்றுமிருக்கிறார் என்று சொல்லப்படுகிறது.

தாத்ரிக்குட்டியின் பிரஷ்டு அதிர்ச்சியலைகளை உருவாக்கி ஸ்மார்த்த விசாரணை என்ற அமைப்பின் அடித்தளத்தை உலுக்கியது. என்றாலும் ஸ்மார்த்த விசாரம் தொடர்ந்து நடந்தது. 1918 ல் நடந்த ஒரு ஸ்மார்த்த விசாரணையைப்பற்றி கேரள பல்கலைக் கழகத்தின் பதிவாளராக பணியாற்றிய ஏ.எம்.என். சாக்கியார் தன் சுயசரிதையில் சொல்கிறார். இதில் குற்றம் சாட்டப்பட்ட கிருஷ்ணன் நம்பூதிரி தற்கொலை செய்து கொண்டார். அவர் ஏ.எம்.என். சாக்கியாரின் தந்தை. ஒருவேளை அதிகார பூர்வமாக அதுதான் கடைசி ஸ்மார்த்த விசாரணையாக இருக்கலாம். அந்தப்பெண்ணின் பெயரும் தாத்ரிக்குட்டிதான். வாடானப்பள்ளி ஊரைச் சேர்ந்த ஒரு முஸ்லீம் வணிகர் அவளை விலைகொடுத்து வாங்கினார்.

ஏ.எம்.என். சாக்கியார் தன் சுயசரிதையில் 1903ல் மேலங்கத்து கோபால மேனன் சாதிப்பிரஷ்டத்துக்கும் நாடுகடத்தலுக்கும் ஆளான ஸ்மார்த்த விசாரத்தைப்பற்றி விவரிக்கிறார். கோபாலமேனன் கொழும்புவுக்குச் சென்றார். அக்காலத்தில் தோட்டத்தொழில் உருவாகிக்கொண்டிருந்த இலங்கைக்கு ஏராளமான மலையாளி நாயர்கள் சென்றுகொண்டிருந் தார்கள். அவர்கள் காலப்போக்கில் அங்குள்ள வேளாளர்களுடன் கலந்து மறைந்தார்கள். கொழும்புசென்ற கோபாலமேனன் அங்கிருந்து கண்டிக்குச் சென்றார்.

நிரபராதியான கோபால மேனன் தன் மீது வந்த பழியினால் மனம் உடைந்து இருந்ததாகவும் அதனால் நோயுற்றதாகவும் சொல்லப் படுகிறது. அங்கே அவர் சத்யவதி என்ற இன்னொருபெண்ணை மணந்துகொண்டார். அவருக்கு இரு குழந்தைகள் பிறந்தன. நோய் முற்றி மேலங்கத்து கோபாலமேனன் இறந்தார்.

மேலங்கத்து கோபாலமேனனின் மனைவி தன் இரு குழந்தைகளுடன் இந்தியா வந்தாள். பிழைக்க வழியில்லாமல் பரிதவித்து தன் பிள்ளை களை நாடகக் கம்பெனியில் சேர்த்தாள். அக்குழந்தைகள் நாடகநடிகர் களாகவும் பின்னர் திரைப்பட நடிகர்களாகவும் வளர்ந்தன. இளையவர் நட்சத்திர நடிகராக ஆகி பின்னர் தமிழ்நாட்டு முதலமைச்சராக ஆனார். மேலங்கத்து கோபாலமேனன் ராமச்சந்திரன் என்ற எம்.ஜி.ஆர்.

சரி, தாத்ரிக்குட்டியின் வாரிசாக கருதப்படும் பெண்? அவரும் சினிமா நடிகைதான். இருநூறுக்கும் மேற்பட்ட மலையாளப்படங்களில் நடித்த ஷீலா. ஆனால் இது உறுதிப்படுத்தப்படாத தகவல்.

---

www.ingramcontent.com/pod-product-compliance
Lightning Source LLC
LaVergne TN
LVHW100552051026
849519LV00003B/924
* 9 7 8 9 3 8 4 1 4 9 2 6 0 *